മാട്ടാൻമാരുടെ രഹസ്യങ്ങൾ

INSIGHT PUBLICA

AF518525

Nadakkavu, Kozhikode, Kerala, 673011
www.insightpublica.com
e-mail: insightpublica@gmail.com

Title: **Mattanmmrude Rahasyangal**
(Malayalam - Novel)
Author: **Amsia**
First Edition: August 2022
Cover Design: Unnikrishnan P
Book Design: kjvj@insight

Printed and Published by
InsightinPublica Printers & Publishers Pvt. Ltd.
ISBN 978-93-5517-176-4

മാട്ടാൻമാരുടെ രഹസ്യങ്ങൾ

Secrets of Mattans

അംസിയ
Yakshi The Storydoctor

INSIGHT PUBLICA®

സമർപ്പണം

സ്വപ്നങ്ങൾ കാണാൻ പഠിപ്പിച്ച അമ്മക്ക്, പൂർത്തിയാക്കാൻ പ്രചോദനങ്ങൾ തന്ന ഉണ്ണിചേട്ടനും കുടുംബത്തിനും.

പ്രിയ സുഹൃത്തുക്കളായ മുന്നവിന്, ജാസ്മിന്, ജിബിന്, അദൃശ്യനായ മാലാഖക്ക്, എന്നെ ചേർത്ത് നിർത്തിയ നാല്കെട്ടിലെ സുഹൃത്തുകൾക്ക്, എന്റെ അക്ഷരങ്ങളുടെ കൂട്ടുകാരായ വായനക്കാർക്ക്.

ഇടുക്കിജില്ലയിലെ വാഗമണ്ണിൽ 2001 ഏപ്രിൽ 17 ന് ജനനം. രക്ഷ കർത്താവ് ശോഭ മണലിക്കര, ഗവൺമെന്റ് ചെമ്മണ്ണ് ഹൈസ്കൂളിലെ സോഷ്യൽ സയൻസ് വിഭാഗം അദ്ധ്യാപികയാണ്.

സെന്റ് ആന്റണിസ് എച്. എസ് വെള്ളികുളം, കെ.എൻ.എം. എം.ഇ. എസ് ഇടത്തല, ഗവൺമെന്റ് എച്. എസ്. എസ് വാഗമൺ,സെന്റ് ജോസഫ് എച്. എസ്. എസ് വിളക്കുമാടം. സെന്റ് മേരീസ് എച്. എസ്.എസ് തീക്കോയി എന്നിവിടങ്ങളിൽനിന്നായി സ്കൂൾ വിദ്യാഭ്യാസം പൂർത്തിയാക്കി. നിലവിൽ ഇടുക്കിയിലെ സെന്റ് ജോൺസ് ഫാർമസ്യൂട്ടിക്കൽ സയൻസ് ആൻഡ് റിസർച്ച് ഇൻസ്റ്റിറ്റ്യൂട്ടിലെ അവസാന വർഷ ബിരുദ വിദ്യാർത്ഥിനിയാണ്.

അംസിയ

ആമുഖം

"ഭൂമിയുടെ ഭ്രമണപഥത്തിൽ ദിശ തെറ്റിയെത്തിയ കറുത്ത, എന്നാൽ പലതരം പ്രകാശങ്ങൾ പുറപ്പെടുവിക്കുന്ന ഒരു ഗോളം, വിസ്മയിപ്പിക്കുന്ന കാഴ്ച്ചകൾ സമ്മാനിച്ച ഭൂമിയെന്ന നീലഗോളത്തിലേക്ക് ചുവടുവെയ്ക്കാൻ വെമ്പി"

-മാട്ടാന്മാരുടെ രഹസ്യങ്ങൾ

വിചിത്രമായ സ്വപ്നങ്ങൾ കണ്ടുണരുന്ന രാത്രികളിൽ ഭയപ്പെടുന്നതിന് പകരം അവ പുസ്തകങ്ങളിൽ പകർത്താൻ കൊതിച്ചൊരു കൊച്ചു പെൺകുട്ടിയുടെ ഭൂതകാലത്തിന്റെ അക്ഷരാവിഷ്കരണമാണീ പുസ്തകം. കൗതുകത്തിന്റെ കണികകൾ കൊണ്ട് മസ്തകം കണ്ടെത്തിയ മുഖങ്ങൾ കാല്പനികതയുടെ ചുവട് പിടിച്ച് ഇവിടെ പകർത്തിവെയ്ക്കാൻ ഞാനേറെ ശ്രമിച്ചിട്ടുണ്ട്.

അംസിയ

അവതാരിക

സൃഷ്ടിക്കപ്പെട്ട ഒരു ലോകത്തിൽ ജീവിക്കാൻ എളുപ്പമാണ്. എന്നാൽ സ്വന്തമായി ഒരു ലോകം സൃഷ്ടിക്കാൻ വളരെ ചുരുക്കം ചിലർക്കേ സാധിക്കൂ. വാക്കുകൾ കൊണ്ട് പുതിയൊരു ലോകം വായനക്കാർക്ക് വേണ്ടി സൃഷ്ടിച്ചിരിക്കുകയാണ് കഥാകാരി ഈ പുസ്തകത്തിലൂടെ. പരസ്പരം ബന്ധപെട്ടു കിടക്കുന്ന മൂന്ന് വംശങ്ങളുടെ ഉല്പത്തിയും ചരിത്രവും വ്യത്യസ്ത കഥാപാത്രങ്ങളുടെ കാഴ്ചപ്പാടിലൂടെ വരച്ചിടുകയാണ് എഴുത്തുകാരി. വരികൾക്കിടയിലൂടെ കാഴ്ചകൾ കാണിച്ചുകൊണ്ട് വായനക്കാരെയും, വാക്കുകളിലൂടെ സൃഷ്ടിച്ചെടുത്ത പുതിയ ലോകത്തേക്ക് കൂട്ടിക്കൊണ്ടുപോകാൻ കഥാകാരിക്ക് കഴിഞ്ഞിട്ടുണ്ട് എന്നത് തീർച്ച.

ഓരോ വായനക്കാരെയും, മാട്ടാന്മാരുടെ രഹസ്യങ്ങളിലേക്കും മായികയുടെ മായാ ലോകത്തേക്കും ക്ഷണിക്കുന്നു. ഈ യാത്ര നിങ്ങൾക്കും പ്രിയപ്പെട്ടതാകും എന്ന വിശ്വാസത്തോടെ,

ജിബിൻ ജോൺസൺ

അവതാരിക

ഒരു അവതാരിക എങ്ങനെ എഴുതണം എന്നോ, ഇങ്ങനെയൊരു ദൗത്യത്തോട് എത്രത്തോളം നീതി പുലർത്താനാവുമെന്നോ എനിക്ക് കൃത്യമായ ഒരു ധാരണ ഇല്ല. എന്നിരുന്നാലും പ്രിയ എഴുത്തുകാരി എന്നോട് തന്റെ ആദ്യ പുസ്തകത്തിന് ഒരു അവതാരിക എഴുതാൻ ആവശ്യപ്പെട്ടത് ഞങ്ങൾ തമ്മിലുള്ള തികഞ്ഞ സുഹൃത്ത് ബന്ധത്തിന്റെ പേരിലാണെന്നത് കൊണ്ട് തന്നെ ഇങ്ങനെ ഒരു സാഹസത്തിനു ഞാനും ഇറങ്ങി പുറപ്പെടുകയാണ്.

അംസിയ എന്ന മികച്ച ഒരു എഴുത്തുകാരിയെയും, "മാട്ടാൻമാരുടെ രഹസ്യങ്ങൾ" എന്ന പുസ്തകത്തെയും നിങ്ങൾക്ക് മുന്നിൽ പരിചയപ്പെടുത്തുന്നതിൽ ഞാൻ വളരെയധികം സന്തോഷവാനാണ്. താൻ കാണുന്നതും, തനിക്ക് ചുറ്റും നടക്കുന്നതുമായ കാര്യങ്ങളെയൊക്കെ വ്യത്യസ്തമായ ഒരു വീക്ഷണ കോണിൽ നിന്ന് വിലയിരുത്തുകയും അവയെ കാല്പനികതയുടെ കയ്യൊപ്പോടെ മറ്റൊരു തലത്തിലേക്കുയർത്തി അവതരിപ്പിക്കുന്നതിലും പ്രാവീണ്യമുള്ള ഒരു യുവ എഴുത്തുകാരിയാണ് അംസിയ.

പുരാണ നാഗരികതകളെക്കുറിച്ചും അവയിലൊളിക്കുന്ന നിഗൂഢ രഹസ്യങ്ങളെക്കുറിച്ചും, മറ്റ് ശാസ്ത്ര സിദ്ധാന്തങ്ങളെക്കുറിച്ചുമെല്ലാം സംസാരിക്കാനും, തന്റെ ക്രിയാത്മക സ്വാതന്ത്ര്യത്തിൽ നിന്നുകൊണ്ട്, അവയ്ക്ക് പുതിയ മാനം കണ്ടെത്തി, ചടുല താളങ്ങളുള്ള ത്രില്ലർ നോവലുകളായി അവതരിപ്പിക്കാനും ഇഷ്ടപ്പെടുന്ന എഴുത്തുകാരിയാണ്.

‘മാട്ടൻമാരുടെ രഹസ്യങ്ങളും’ അത്തരത്തിലുള്ള ഒരു കഥയാണ്. മായൻസ്, കിന്നരു, ഗഡിധക്ക് എന്നീ ഗോത്ര വർഗ്ഗങ്ങളെ ചുറ്റിപറ്റി നടക്കുന്ന ചില സംഭവ വികാസങ്ങളും അവയെക്കുറിച്ചും, അവയിൽ മറഞ്ഞിരിക്കുന്ന മാട്ടാൻമാരുടെ രഹസ്യങ്ങളെക്കുറിച്ചും രണ്ടു കാല ഘട്ടങ്ങളിലായി അന്വേഷിച്ച് പോകുന്ന രണ്ടു വ്യക്തികൾ.അവരുടെ രണ്ടു പേരുടെയും അന്വേഷണങ്ങൾ പൂർത്തിയാക്കേണ്ടത് തന്റെ നിയോഗമായി തിരിച്ചറിയുന്ന മാധവ്.

രണ്ടു ചരിത്രനിരീക്ഷകരുമായി തനിക്കുള്ള ആത്മ ബന്ധത്തിലൂടെ യാണ് മാധവ് അവർ കാത്തുവച്ച പല രഹസ്യങ്ങളും നമുക്ക് മുന്നിൽ അനാവരണം ചെയ്യുന്നത്. മാധവിനോടൊപ്പം സമാന്തരമായി തന്നെ രാഗേന്ദുവും, പ്രാച്ചിയിലൂടെ ചില ഗോത്ര രഹസ്യങ്ങൾ യാദൃശ്ചികം എന്നോണം കണ്ടെത്തുന്നു.

മാട്ടാന്മാരുടെ മായിക ലോകത്തേക്ക് ഇരു ദിശകളിൽ നിന്നും നടന്ന ടുക്കുന്ന ഇരുവരെയും അമ്പരപ്പിച്ച് കൊണ്ട് ഇമ്പുടോ സിയൻസ് എന്ന രഹസ്യ സംഘടനയും, ദുർമന്ത്രവാദവുമെല്ലാം കടന്നുവരുന്നതോടെ കഥ ത്രസിപ്പിക്കുന്ന സങ്കീർണതയിലേക്ക് കടക്കുന്നു.

പല കാലഘട്ടങ്ങളിൽ നടക്കുന്ന, വ്യത്യസ്ത കഥാപാത്രങ്ങളുടെ കഥ ഇടകലർന്ന പല ഘട്ടങ്ങളിലായി പറയുന്ന “നോൺ ലീനിയർ” അവതരണ ശൈലിയിലാണ് അംസിയ എഴുതിയിരിക്കുന്നത്.

തെരുഹിമാനിയെയും, വിദ്ധായുവിനെയും, മാട്ടാന്മാരെക്കുറിച്ചുമൊ ക്കെ പറഞ്ഞു തുടങ്ങുമ്പോൾ, ഒരു നിഗൂഢ സ്വഭാവമുള്ള, സാങ്കൽ പ്പികമായ ഒരു ചരിത്ര കഥയായി തോന്നിപ്പിക്കുന്ന “മാട്ടൻമാരുടെ രഹസ്യങ്ങൾ”, കഥാന്ത്യത്തിലേക്ക് അടുക്കുന്തോറും ഒരു മികച്ച ത്രില്ലർ നോവലായി ചുവടുമാറ്റം നടത്തുന്നു.

ഈ കഥ ഞാൻ ആസ്വദിച്ചതുപോലെ ഇത് വായിക്കുന്ന ഓരോ വായനക്കാരനും ആസ്വദിക്കാൻ സാധിക്കട്ടെയെന്നും, പ്രിയ സുഹൃത്തും സഹോദരിയുമായ അംസിയക്കും ഈ നോവലിനും മികച്ച സ്വീകാര്യത യും, അംഗീകാരങ്ങളും ലഭിക്കട്ടെയെന്നും ആശംസിക്കുന്നു.

ഒപ്പം ഈ എഴുത്തുകാരിയിൽ നിന്നും ഇനിയും മികച്ച നോവലുകൾ നമുക്കെല്ലാവർക്കും പ്രതീക്ഷിക്കാമെന്ന് ഓർമപ്പെടുത്തി കൊണ്ട് ഞാൻ നിങ്ങളെ മാട്ടാൻമാരുടെ ലോകത്തേക്ക്, അവരുടെ രഹസ്യങ്ങൾ കണ്ടെത്തുവാനായി വിടുന്നു.

ജിബിൻ സത്യൻ

ഉള്ളടക്കം

അവൾ

ആദിയും അന്തവുമില്ലാത്തൊരു കണികയുടെ ഉള്ളിൽ,ഒരായിരം ഗർത്തങ്ങൾ തമ്മിൽ കൂട്ടിയിടിക്കപ്പെട്ടുണ്ടായ തമോഗർത്തങ്ങൾ പ്രപഞ്ചങ്ങളുടെ പിതാവായി.

യുഗങ്ങൾക്കപ്പുറം അവ പിന്നെയും കൂട്ടിമുട്ടി. കാലങ്ങൾക്ക് ശേഷം ചുട്ടു പൊള്ളിയ സൂര്യന്മാർ തണുത്തുറഞ്ഞു. സമയത്തിന്റെ തികവിൽ നീലയായ്, പച്ചയായ് പിന്നീട് അവളായി.

കറുത്ത ഗോളവും പ്രാകൃതമനുഷ്യനും

ഭൂമിയുടെ ഭ്രമണപഥത്തിൽ ദിശ തെറ്റിയെത്തിയ കറുത്ത,എന്നാൽ പലതരം പ്രകാശങ്ങൾ പുറപ്പെടുവിക്കുന്ന ഒരു ഗോളം,വിസ്മയിപ്പിക്കുന്ന കാഴ്ച്ചകൾ സമ്മാനിച്ച് ഭൂമിയെന്ന നീലഗോളത്തിലേക്ക് ചുവടുവെയ്ക്കാൻ വെമ്പി.

ആകാശത്തിലെ ചലിക്കുന്ന വിചിത്രവസ്തുവിനെ പ്രാകൃതരായ മനുഷ്യർ കൗതുകത്തോടെ വീക്ഷിച്ചു. ചിലർ വലിയ ശബ്ദങ്ങളുണ്ടാക്കി മാറത്തടിച്ചു കരഞ്ഞു. ചിലർ പച്ചിലക്കൂട്ടങ്ങൾക്കിടയിൽ ഒളിച്ചു. ചിലർ കടലിലേക്ക് എടുത്തു ചാടി. നിമിഷാർത്ഥങ്ങൾ കൊണ്ട് ആ ഗോളം ഒരു തീയുണ്ടയായി ഭൂമിയിലേക്ക് പതിക്കാൻ തയ്യാറെടുത്തു.

ഗോളത്തിനകത്ത് ചാര നിറമുള്ള, മനുഷ്യനോട് സാദൃശ്യമുള്ള ജീവികളുണ്ടായിരുന്നു. ഒപ്പം അവരുടെ സഹജീവികളും. ഭൂഗുരുത്വം നൽകിയ തീവ്ര ഘർഷണം കറുത്ത ഗോളത്തെ തീ പിടിപ്പിച്ചു. വേഗത കുറയ്ക്കാൻ കഴിയാതെഅത് ഭൂമിയിൽ പതിച്ചു.

അത്യാധുനികമായ ആ ഗോളത്തിന്റെ അവശിഷ്ടങ്ങളിൽ, പ്രാകൃതനും നഗ്നനുമായ മനുഷ്യൻ ഭയത്തോടെ മാത്രം നോക്കി. എന്നാൽ ഗർഭം ധരിച്ച ഒരു സ്ത്രീ സധൈര്യം അകത്തേക്ക് പോയി. കെട്ടടങ്ങിയ തീജ്വാലകളുടെ അവസാദങ്ങൾ അവളുടെ കാലുകളെ പൊള്ളിച്ചിരിക്കണം.

തന്നോട് സാദൃശ്യം തോന്നിയ ഒരു രൂപമവളവിടെ കണ്ടു. ആ രൂപവും ഉദരത്തിൽ ഒരു ശിശുവിനെ വഹിച്ചിരുന്നു. പക്ഷെ ആ രൂപത്തിന് അവളുടെ ശരീര ആവരണത്തേക്കാൾ വ്യത്യസ്തമായ ആവരണങ്ങളുണ്ടായിരുന്നു. നഗ്നയായ പെണ്ണിന് വ്യത്യസ്തയായ സഹജീവിയോട് തോന്നിയ ആ വികാരത്തെ കണ്ണീരുകൊണ്ടല്ലാതെ നേരിടാനാവുമായിരുന്നില്ല. തന്റെ പുരുഷനെ അവൾ പുറത്തേക്ക് ചെന്നു വിളിച്ചു. അവന്റെ സൗഹൃദങ്ങളും അവൾ കാണിച്ച വഴികളിൽ നടന്നു. അതിൽ നിന്ന് ആദ്യം കണ്ട പെണ്ണിനെ അവർ രക്ഷിച്ചു.

അവൾ കാണിച്ചുകൊടുത്ത ഗോളത്തിന്റെ ഭാഗങ്ങളിൽ നിന്നും അവർ ശേഷിച്ച ജീവികളെയും മനുഷ്യരെയും കണ്ടെടുത്തു. ജീവനില്ലാത്തവയുടെ അവശിഷ്ടങ്ങൾ കണ്ട് ആദ്യം കണ്ടെത്തിയ പെൺരൂപം അലറി കരഞ്ഞു. പുതിയതും വിചിത്രരുമായ മനുഷ്യർക്ക് ഭൂമിയിലെ മനുഷ്യർ അവരുടെ ഗുഹകളിൽ അഭയം നൽകി. നഷ്ടത്തിന്റെ ആലസ്യങ്ങളിൽ നിന്ന് പുറത്തു വന്ന ആദ്യപെൺരൂപം, അവളെ തൊട്ട ഭൂമിയുടെ മകളെ അടുത്ത് ചേർത്ത് നിർത്തി അപൂർണ്ണയായ അവളുടെ കണ്ണുകളെ തൊട്ടു. ശേഷം നടുവിൽ, പിന്നെ നെറ്റിക്ക് താഴെ പിന്നീട് അവളുടെ ഗർഭത്തിലും. വെള്ളനിറമുള്ള സ്വർണ്ണംകൊണ്ടായിരുന്നു ചാരനിറമുള്ള സ്ത്രീയുടെ കൈക്രിയകൾ പലതും.

പുതിയ മനുഷ്യർ പ്രാകൃതനായ മനുഷ്യനെ ആജ്ഞാശക്തികൊണ്ടും ബുദ്ധികൊണ്ടും പലതും പഠിപ്പിച്ചു. രോമനിബിഢമായ ശരീരമുള്ള ഭൂമിയിലെ പെണ്ണ് രോമരഹിതനായ കുഞ്ഞിനെ ഉയർന്നു നിന്ന സ്തൂപസമാനമായ, ഗോളങ്ങളുടെ ഉടയവരായ മനുഷ്യരുടെ നിലയത്തിൽ പ്രസവിച്ചു. അവനിൽ നിന്ന് ചാരനിറമുള്ള സ്ത്രീ തന്റെ പരമാണുവിനെ ചേർത്ത് പലതരം മനുഷ്യർക്ക് പുതുതായി ജന്മം നൽകി. അവൾ സൃഷ്ടാവായി, ഭൂമിയുടെ അമ്മയായി.

ഒരുനാൾ അവളിൽ നിന്ന് ജനിച്ച ആദ്യപുത്രന് പല രഹസ്യങ്ങളും ഏൽപ്പിച്ചു നൽകി. അവന്റെ പ്രയത്നഫലമായി ആകാശത്തു നിന്ന് പലതരം നക്ഷത്രങ്ങൾ ഭൂമിയെന്ന നീലഗ്രഹത്തിലേക്ക് ഒരിക്കൽക്കൂടെയെത്തി. അവയിൽ നിന്ന് പുതിയ മനുഷ്യരും. ഒരു വ്യാഴവട്ടക്കാലത്തിനു ശേഷം, അയാൾ അതെല്ലാം കുറിച്ച് വച്ച് തന്റെ മാത്രം മനുഷ്യരോടൊപ്പം അമ്മയുടെ തീരുമാന പ്രകാരം കറുത്തഗോളം വീണ്ടെടുത്ത് തിരിച്ച് ആകാശങ്ങളിലേക്ക് മറഞ്ഞു.

അവരിൽ ചിലർ മാത്രം ഭൂമിയുടെ മക്കൾക്കൊപ്പം തുടരാൻ തീരുമാനിച്ചു. 1600 ത്തിൽപരം വംശങ്ങൾ അവരിൽ നിന്നുടലെടുത്തു. എന്നാൽ ആദിമാതാവ് തന്നു പോയ മൂന്ന് രഹസ്യങ്ങൾ മൂന്ന് പുത്രവംശങ്ങൾക്ക് മാത്രമായി കൊടുത്ത് അവരിൽ ചിലർ ഭൂമിയോട് ചേർന്നു. അവയിന്നും ഒരു കഥപോലെ വിചിത്രമായി അവർക്കിടയിൽ മാത്രം അവശേഷിക്കുന്നു.

മാധവ്

ചാലുകുന്നു മുതൽ സിഎംഎസ് കൊളേജ് വരെയുള്ള നടത്തം അയാളെ അൽപ്പം ക്ഷീണിപ്പിച്ചിരുന്നു. ദിവസേനയുള്ളതാണെങ്കിലും, ഇന്നെന്തോ അയാൾക്ക് ആ പതിവ് ഉന്മേഷം തോന്നിയിരുന്നില്ല. ചടുലമായ ആ നഗരത്തോട് അയാൾക്ക് വിരസത തോന്നിത്തുടങ്ങിരിയിക്കുന്നു.

പ്രമോദിന്റെ തട്ടുകടയിൽ നിന്ന് ഉഴുന്നു വട പൊതിഞ്ഞ ഒരു പേപ്പർ കിട്ടിയപ്പോൾ തുടങ്ങിയ വിമ്മിട്ടമാണ്. രാവിലെ എഴുന്നേറ്റാൽ അയാളുടെ പതിവാണ് പ്രമോദിന്റെ കടയിൽ നിന്നൊരു ചായയും കടിയും. ചരിത്രത്തിന്റെ ഭാഗമായി മഹത്വവൽക്കരിക്കപ്പെട്ട ഈ നഗരത്തോടും അതിന്റെ ഇതിഹാസങ്ങളോടും, ഭാഷകളോടും, കടൽതീരങ്ങളോടും, അയാൾക്ക് നീവിനോട് തോന്നിയ അതേ അഭിനിവേശമായിരുന്നു. നാടും നഗരവും അതിനോട് കെട്ടുപിണഞ്ഞു കിടക്കുന്ന ഭാഷയോടും കലയോടും രുചികളോടും ആർക്കാണ് ഭ്രമമില്ലാത്തത്. ഓഫീസിലെ ഫാനിൽ നിന്ന് അടിക്കുന്ന ചൂട്കാറ്റിൽ ഒന്നൂടെ വിയർത്ത് അയാൾ കസേരയിലേക്കിരുന്നു. വിശ്വാസം വരാത്തപോലെ എണ്ണമെഴുക്കു പറ്റിയ ആ പേപ്പർ കഷ്ണം ഒന്നൂടെ നിവർത്തി വായിച്ചു.

1992 ഏപ്രിൽ 15

കൗതുക വാർത്തകൾ

കിയ്യാലയുടെ അഭമസൗന്ദര്യത്തിലേക്ക് കാൽവെയ്പ്പ് നടത്തി രാമസ്വാമി.

കിന്നാരു - ഗഡിധക്ക് എന്നീ ഗോത്ര വർഗ്ഗത്തിന്റെ വംശാവലിയെപ്പറ്റി പഠനം നടത്തുക എന്ന ഉദ്ദേശത്തോടെയാണ് അന്ത്രപോളോജിസ്റ്റായ യുവ ഗവേഷകൻ അവിടേക്ക് തിരിച്ചിട്ടുള്ളത്. വളരെ അപകടകാരികളും നിഗൂഢതകൾ ഉൾകൊള്ളുന്നവരുമാണ് കിന്നാരുക്കളും ഗഡിധക്കുകളും. ഗ്രാമം സംരക്ഷിക്കാൻ അവർക്ക് പ്രത്യേക പോരാളികളുമുണ്ട്.

കടലാസ് തുണ്ട് അവസാനിച്ചിരുന്നു.... .

രാമസ്വാമിയെപ്പോലെ ഒരു ഗവേഷകൻ എന്തുകൊണ്ട് ഇവിടെ കേട്ടു കേൾവി പോലുമില്ലാത്ത ഒരു ഗോത്രവർഗത്തെ തപ്പിയിറങ്ങണം? ഹൃദയത്തെ വീണ്ടും രണ്ടു മുഖങ്ങൾ കൊളുത്തിവലിക്കുകയാണ്. ഓർമ്മകളെ അയാൾ മനസ്സുകൊണ്ടോടിപിടിച്ചു. ചീകിയൊതുക്കിയ മുടിയും, നെറ്റിയിലെ കുറിയും, തേച്ചു വടിപോലെയാക്കിയ ഷർട്ടും മുണ്ടുമുടുത്ത് ആനവണ്ടികേറാൻ ഓടിയിരുന്ന രാമേട്ടൻ. രാമേശ്വരത്തിൽ നിന്ന് എപ്പോളോ നന്നാട്ട്കാവിലേക്ക് എത്തിയതാണ് രാമേട്ടന്റെ മാതാപിതാക്കൾ. അവർ തമിഴുകലർന്ന മലയാളമാണ് പൊതുവെ സംസാരിച്ചിരുന്നത്. രാമേട്ടൻ പക്ഷെ മലയാളം നന്നായി പറയും. കോളേജിൽ പഠിക്കുമ്പോൾ കവിതകൾ എഴുതിയിരുന്നതായി കേട്ടിട്ടുണ്ട്. അമ്മുഞ്ഞ പോയതിൽ പിന്നെ നന്നാട്ട്കാവ് തനിക്ക് അന്യമായത് അയാൾ ഓർത്തു.

പക്ഷെ രാമസ്വാമി എന്ന ആ യുവഗവേഷകന് രാമേട്ടന്റെ മുഖച്ഛായയുമായി അസാമാന്യ സാദൃശ്യം ഉള്ളതായി അയാൾക്ക് തോന്നി. ഓർമ്മകൾ പിന്നെയും പിന്നിലോട്ടോടുകയാണ്. ഓർമ്മകളുടെ കുത്തൊഴുക്കുകൾ മധുരമായാലും കയ്പ്പായാലും കണ്ണീരിന്റെ നനവ് നൽകാതെ കടന്നുപോകാറില്ലല്ലോ. അമ്മുഞ്ഞക്കു വേണ്ടി സ്വന്തങ്ങൾക്കും എന്റെ അച്ഛനും അമ്മയുമുൾപ്പെടെ പലർക്കും കത്തുകൾ എഴുതിയിരുന്നത് രമേട്ടനായിരുന്നു. കൂടാതെ മാങ്ങപൊട്ടിച്ചു തരുന്നതും വാലുമാക്രികളെയും മീനുകളെയും പിടിച്ചിരുന്നതും, കുട്ടിയും കോലുമുണ്ടാക്കി തരുന്നതുമൊക്കെ ഇന്നും ഓർമ്മയിൽ അതേ പോലെ നിലനിൽക്കുന്നുണ്ട്. രാമേട്ടനൊപ്പം നിഴലായി രാമേട്ടന്റെ അനിയത്തി സരസ്വതി അക്കയുമുണ്ടായിരുന്നു. രാമേട്ടനെ പോലെ അക്കക്ക് മലയാളം അത്ര നന്നായി പറയാൻ അറിയില്ല. തമിഴ് കലർന്നുള്ള സംസാരമാണ്. നീല നിറമുള്ള റിബണൊക്കെ രണ്ടു വശത്തും കെട്ടിയ ഒരു ചെറിയ അക്ക. 9 വയസ്സുള്ള ആ ആൺകുട്ടിയുടെ ഓർമ്മകൾ പിന്നെ നന്നാട്ട് കാവിൽനിന്നകലെയാണ്.

നീവ്

പിന്നീട് എപ്പഴോ ഒരു നിക്കോൺ ക്യാമറയുമായി ഞാൻ കറക്കം തുടങ്ങി. ശിലായുഗങ്ങളെയും ആ കാലഘട്ടത്തിലെ മനുഷ്യനെയും, അവരുടെ സംസ്കാരത്തെപറ്റിയും പഠിക്കുന്ന ഒരു ഗവേഷണസംഘത്തിലായിരുന്നു കുറച്ചു കാലം. അതിനിടയിൽ അനേകം ചിത്രങ്ങൾ ക്യാമറയെക്കാൾ എന്റെ മനസ്സിൽ ഞാൻ പകർത്തിയിരുന്നു. പണ്ട് മെക്സിക്കോയിൽ മായന്മാരെകുറിച്ചുള്ള പഠനത്തിനിടക്കാണ് ഞാൻ മാട്ടാന്മാരെ പറ്റി ആദ്യമായി കേട്ടത്. ഗവേഷകസംഘത്തിൽ ഒരു ഐറിഷുകാരി പെൺകുട്ടിയുണ്ടാരുന്നു - 'നീവ്'.

മായൻമാരേക്കാൾ അവൾ ഒബ്സ്സെസ്ഡ് ആയിരുന്നത് വൈദിക കാലഘട്ടത്തിൽ സൗത്ത് ഏഷ്യയിൽ പ്രബലരായിരുന്ന Kiññrü - Gàddîdhákk എന്നീ സിവിലയിസേഷനെ പറ്റി അറിയാനായിരുന്നു. അവരെയും മായന്മാരെയും ബന്ധിപ്പിച്ചിരുന്ന വളരെ വിശേഷപ്പെട്ട ഒന്നാണ് മാട്ടാൻസ്. ഇത്രയൊക്കെ നീവ് കണ്ടുപിടിച്ചിരുന്നു. പിന്നീട് ഇപ്പൊഴാണ് വീണ്ടും ആ വാക്ക് കാണുന്നത്. അതിനിടയിൽ എത്ര രാത്രികളിൽ താൻ അവളെ അഗാധമായി പ്രണയിച്ചിരുന്നു എന്നോർത്തു.

മാട്ടാന്മാരുടെ എന്നു തോന്നിപ്പിക്കുന്ന ഒരു കീ എസ്റ്റെറ്റിക്ക് കാർവിങ് കാണിച്ചു കൊടുത്ത രാത്രിയിലാണ് നീവ് തന്നോട് ഇഷ്ടം പറഞ്ഞത്. നീവിന്റെ ഡാഡിക്കും ഞാൻ മകനെപോലെയായിരുന്നു. അത്രമേൽ സുന്ദരമായതൊന്നും അല്ലെങ്കിലും നിലനിന്ന ചരിത്രമില്ലല്ലോ.

രാഗേന്ദു

വഴി അവസാനിക്കുന്നില്ല, അവൾ വണ്ടി ഓടിച്ചുകൊണ്ടേയിരുന്നു... ഇരുട്ടിന്റെ നീലിമ പതുക്കെ അവിടെയാകെ പരക്കാൻ തുടങ്ങി. വഴിയിലെ ഉരുളൻ കല്ലുകളും, മലയിടുക്കിൽ നിന്നും ചരൽ റോഡിലേക്കെത്തിനോക്കുന്ന പാറക്കൂട്ടങ്ങളും അവളെ വെല്ലുവിളിക്കുന്നതായി തോന്നി. നിത്യയൗവനം തുകുന്ന, അഭൗമസൗന്ദര്യത്തെ പറ്റി സഞ്ചാരികൾ വാഴ്ത്തിപാടുന്ന ഷിംലയുടെ മറുപുറം തേടിയാണ് അവളുടെ ഈ യാത്ര. പാറയിടുക്കുകൾ കഴിഞ്ഞു, ഇനി വനമാണ്. ഒറ്റക്ക് രാത്രിയിൽ പോകുക അല്പം റിസ്ക് ആയതു കൊണ്ടാവണം അവൾ വണ്ടി ഒരു മൈൽകുറ്റിക്ക് അടുത്തു നിർത്തി. അതിനടുത്തുള്ള ചെറിയ കുന്നിലേക്ക് ബാഗുമെടുത്തു നടന്നു. ഒരു എമർജൻസി ലൈറ്റ് ഓൺ ആക്കി വെച്ചുകൊണ്ട് ടെന്റ് സെറ്റ് അപ്പ് ചെയ്തു. ഒറ്റക്ക് യാത്രകൾ ചെയ്തുള്ള പരിചയം. സാവധാനം ടെന്റിനടുത്തു കല്ലുകൾ കൂട്ടിയിട്ട് തീ കത്തിച്ചു.

ശേഷം, അതിലേക്ക് കുന്തിരിക്കത്തിന്റെ കഷ്ണങ്ങളെറിഞ്ഞു. ഇനി പ്രാണിവർഗത്തിൽപ്പെട്ട ജീവികളുടെ ശല്യമുണ്ടാവില്ല. ഉരുളൻ കല്ലുകൾ കൂട്ടിവെച്ച് ഒരു അടുപ്പ് തട്ടിക്കൂട്ടി, ഉണങ്ങിയ പുല്ലുകൾ കൂട്ടി വെച്ച് തീ കത്തിച്ചു. പിന്നെ ചെറിയ സ്റ്റീൽ പാത്രത്തിൽ വെള്ളം തിളപ്പിച്ച് ഇൻസ്റ്റന്റ് സൂപ്പ്പൗഡർ കൊണ്ട് ഭക്ഷണം ഉണ്ടാക്കി. രാത്രിയുടെ ശാന്തതയോടൊപ്പം ഭക്ഷണം ആസ്വദിച്ചു പതുക്കെ കഴിച്ചു. ശേഷം മിനി ടെലിസ്കോപ് കൊണ്ട് രാത്രിയെ ആവരണം ചെയ്ത ആകാശത്തെ കുന്നിൻ ചെരുവിന്റെ പടിഞ്ഞാറ് ഭാഗത്ത് നിന്നുകൊണ്ട് നിരീക്ഷിച്ചു.

രാഗേന്ദു എന്ന അവളുടെ പേരിന് മേടക്കൂറുമായിട്ട് ബന്ധമുണ്ടെന്ന് ആരോ പറഞ്ഞു കേട്ടിട്ടുണ്ട്. എരിസ് എന്ന ഈ നക്ഷത്രഗണത്തെക്കുറിച്ചറിയാനാണ് അവൾ ഷിംലയിലേക്ക് എത്തിയത്. ആസ്ട്രോഫിസിക്സും - ഹോറോളജിയും, അതാണ് അവളുടെ പ്രബന്ധവിഷയം.

ഓരോ മനുഷ്യന്റെ ജനനവും അവൻ ജനിച്ച സമയവുമായി അന്തർലീനമായൊരു അടുപ്പമുണ്ട്. ഓരോ നക്ഷത്രങ്ങളെയും ആഴ്ന്നറിഞ്ഞ കിന്നാരുക്കളുടെ മണ്ണിലേക്കാണ് രാഗക്ക് എത്തേണ്ടത്. വേദിക്ക് അസ്ട്രോളജി പ്രകാരം ഭൂമിയാണ് പ്രപഞ്ചത്തിന്റെ കേന്ദ്രം, എന്നാൽ കിന്നാരുക്കളുടെ നക്ഷത്രവിധി പ്രകാരം, പ്രകാശകണികകൾക്കപ്പുറമുള്ള ഒരു തമോഗർത്തമാണ് ഭൂമിയുൾപ്പെടുന്ന പ്രപഞ്ചത്തിന്റെ കേന്ദ്രം. വേദിക്ക് അസ്ട്രോണമിയിലെ പരബ്രഹ്മവും സൂചിപ്പിക്കുന്നത് ഈ ബ്ലാക്ക് ഹോൾനെയാണ്. മോഡേൺ സയൻസിനു പക്ഷെ ഐൻസ്റ്റിൻ വേണ്ടി വന്നു താമോഗാർത്തങ്ങളെ പറ്റി അറിയാൻ.

കിന്നാരുക്കളും ഗഡിധക്കുകളും ഇവയൊക്കെ ശിലായുഗത്തിനു മുൻപ് മനസ്സിലാക്കിയിരുന്നതായി പറയപ്പെടുന്നു. എങ്കിൽ മേടരാശിയെക്കുറിച്ചും വളരെ വ്യക്തമായ അറിവുകൾ അവർക്ക് ഉണ്ടായിരിക്കണം. അതിന് പക്ഷെ വ്യക്തമായ തെളിവുകൾ ഒന്നുമില്ല. ഇന്നത്തെ കിന്നാരുക്കൾ സാധാരണമനുഷ്യർക്കിടയിൽ സാധാരണക്കാരായി ജീവിക്കുന്നു. മുൻപിലുള്ള ലക്ഷ്യം എരിസ് ആണ്, അത് പൂർത്തിയാക്കിയേ മതിയാകു. ഗ്രീക്ക് പുരാണത്തിലെ ദേവനായ സ്യൂസ്ന്റെയും ഹീരയുടെയും മകനാണ് യുദ്ധദേവനായ എരിസ്. എരിസിന്റെ അസാധാരണമായ ധൈര്യം ബാല്യത്തിൽ എത്രമാത്രം ഉത്തേജിപ്പിച്ചിരുന്നുവെന്ന് രാഗയോർത്തു.

***

രാഗം - എരിസ് എന്ന വാക്കിന്റെ ആറാം അർത്ഥതലം കൂടിയാണ്. ജനനം അനുസരിച്ച് ഏപ്രിൽ 13, താനും മേടരാശിയാണ്. മനസ്സു കൊണ്ട് താൻ വളരെയധികം ആ നക്ഷത്രഗണവുമായി ചങ്ങാത്തം കൂടിയിരിക്കുന്നു.

***

അതിന്റെ നിഗൂഢതകളുടെ വെളിപാട് തന്റേതു കൂടിയാണെന്ന് അവൾ ഓർത്തു. കാൽവെയ്പ്പുകൾ, ഇന്നലെയുടെ തിരുത്തലുകളല്ല

മറിച്ച് അറിയപ്പെടാത്തവയുടെ ജനനമാണ്. അവളുടെ പഠനങ്ങൾ അക്ഷരങ്ങളെ മാത്രം ആശ്രയിച്ചായിരുന്നില്ല. യാത്രകളെയും പ്രകൃതിയെയും വാമൊഴികളെയും ഉൾപ്പെടുത്തി കൂടെയായിരുന്നു. പ്രകൃതിയെയും പ്രപഞ്ചത്തെയും തൊട്ടറിയാൻ ഉൽപ്പത്തിതൊട്ട് നാളെയെ വരെ കണ്ടെത്തണമെന്നാണ് രാഗയുടെ പക്ഷം. മേടരാശിയെക്കുറിച്ച് അറിയാൻ ശ്രമിച്ചപ്പോളാണ് അവൾ വിദ്ധായുവിനെ പറ്റിയറിയുന്നത്.

***

ഹിമാചൽ പ്രദേശിലെ ബറോട്ടിൽ ഒരു ഒഴിവുകാല യാത്ര എന്നോണം കറങ്ങി നടന്നപ്പോളാണ്, വളരെ പ്രായമുള്ള എന്നാൽ ചുറു ചുറുക്കുള്ള ഒരു സ്ത്രീ വിദ്ധായുവിന്റെ കഥ കൊച്ചു കുട്ടികൾക്ക് പറഞ്ഞുകൊടുക്കുന്നത് ശ്രദ്ധയിൽപ്പെട്ടത്. കുട്ടികൾ അവരെ നാനിമ്മാ എന്നാണ് വിളിച്ചിരുന്നത്. അവരുടെ ഭാഷ മനസ്സിലായില്ലെങ്കിലും, കൂട്ടത്തിലെ കുസൃതികൾ ഉൾപ്പെടെ അവരെ ശ്രദ്ധിച്ചിരിക്കുന്നത് കണ്ടപ്പോൾ കൗതുകമാണ് തോന്നിയത്. കേരളത്തിൽ ഇപ്പോൾ ഇത്തരമൊരു ദൃശ്യം കാണുക വളരെ വിരളമാണ്. തനിക്കു തന്നെ അരക്ഷിതത്വത്തിന്റെ കയ്പ്പല്ലാതെ മറ്റെന്താണ് ഓർമ്മിക്കാനുള്ളത്. കൂട്ടത്തിലെ മുതിർന്ന പെൺകുട്ടിയുമായി വളരെ വേഗം അടുക്കാനെനിക്ക് കഴിഞ്ഞു. പ്രാച്ചി എന്നാണവളുടെ പേര്. അവൾക്ക് വളരെ ബാലിശമായൊരു വിധേയത്വം എന്നോടുള്ളതായി തോന്നി. അല്ലെങ്കിൽ തന്നെ പരിഷ്കാരിയായ ഒരു പെണ്ണിനെ മറ്റൊരു പെണ്ണ് കണ്ടാൽ ഒന്നേൽ കൂടെ കൂടും. അല്ലെങ്കിൽ വെറുക്കും.

കൈയിലെ ചില ആഭരണങ്ങൾ ഞാൻ അവൾക്ക് കൊടുത്തു, അതുകൊണ്ട് തന്നെ അവൾക്ക് വല്ല്യകാര്യമായിരുന്നു എന്നെ. ഒരു വൈകുന്നേരം ഞാൻ ആ കഥയെപ്പറ്റി അവളോട് ചോദിച്ചു. മടികൂടാതെ തന്നെ അവളാ കഥ എനിക്ക് പറഞ്ഞു തന്നു. അവരുടെ ഉൾകാടുകളുടെ ഭാഗങ്ങളിലെവിടെയോ അധിവസിച്ചിരുന്ന കിന്നാരുവിൽ, കിഴക്ക് എവിടെ നിന്നോ അഭയം തേടി വന്ന ഒരു ബാലൻ ആയിരുന്നു വിദ്ധായു. സഹോദരവംശമായ കിന്നാരുവിലെ ഒളിപ്പോരാളിയായ പെൺകുട്ടിയെ വിവാഹം കഴിക്കാൻ ശ്രമിച്ചതിന്റെ പേരിൽ കാടിന്റെ അതിർത്തികൾക്കിടയിൽ വച്ച് മാട്ടാന്മാരുടെ 8 ആയുധ പ്രഹരങ്ങളേറ്റ് വിദ്ധായു മരിച്ചുവെന്നും, അതിൽ മനം നൊന്ത് കാടിറങ്ങിയ ആ ഒളിപോരാളിയായ പെൺകുട്ടി, പകരം ചോദിക്കുമെന്നും മാട്ടാന്മാർ എന്നും പുറംലോകം കാണാതെ ജീവിക്കേണ്ടി വരുമെന്നും ശപിച്ചത്രേ. കൂടുതൽ ഒന്നും അവൾക്ക് അറിയില്ല...

പക്ഷെ ഒന്നവൾ പറഞ്ഞു, ആ പെൺകുട്ടിക്ക് കണക്കുകളുടെയും സമവാക്യങ്ങളുടെയും കെട്ടുകൾ വളരെ വേഗം അഴിക്കാൻ കഴിയുമായിരുന്നത്രെ. എനിക്ക് വീണ്ടും അത്ഭുതം തോന്നി.

***

അവൾ പറഞ്ഞ ആ മുത്തശ്ശിക്കഥ മുഴുവൻ അറിയണമെന്ന് രാഗക്ക് തോന്നി. വിദ്ധായുവിനെയും ആ ഒളിപ്പോരാളിയായ പെൺകുട്ടിയെയും മറക്കാൻ അവൾ ഒരുക്കമായിരുന്നില്ല.

അതിസുന്ദരമായൊരു ഭൂതകാലം

അയാളുടെ ചിന്തകളെ വീണ്ടും ഭൂതകാലം വേട്ടയാടാൻ തുടങ്ങിയിരിക്കുന്നു. നന്നാട്ട്കാവിലെ രാമേട്ടനെന്നു വിളിച്ചിരുന്ന രാമസ്വാമിയും, ഐറിഷുകാരിയായ തന്റെ പ്രണയിനി നീവും, മാട്ടാൻസ് എന്ന ഒറ്റ പദത്തിൽ ബന്ധിതമാണ്. 2017 ജനുവരിയിലാണ് നീവിനെ അവസാനമായി കണ്ടത്. 2015 ഒക്ടോബർ 3 ന് കൊച്ചി എയർപോർട്ടിൽ നിന്നും ഫ്ലൈറ്റിൽ കയറുമ്പോൾ ഒരിക്കൽ പോലും വിചാരിച്ചിരുന്നതല്ല നീവ് എന്ന പെൺകുട്ടിയെ കണ്ടുമുട്ടുമെന്ന്. ഇന്റർനെറ്റിലെ ചെറിയൊരു ആഡ് കണ്ടിട്ടാണ് ഹിസ്റ്റോക്യാം ഏജൻസിയിലേക്ക് വിളിക്കുന്നത്. അവർ ഏൽപ്പിച്ച ആദ്യത്തെ വർക്ക് ഒരു ചെറിയ ട്രാവൽ ക്യാമ്പയിൻ ഷൂട്ട് ചെയ്യുക എന്നതായിരുന്നു.

ഓരോ ചിത്രവും ഓരോ നിമിഷങ്ങളുടെ നേർപ്പകർപ്പായിരിക്കണം, അവയിലൂടെ കടന്നു പോകുന്ന ഓരോ മനുഷ്യരും അവയെ കണ്ണുകൾ കൊണ്ട് തൊട്ടറിയണം. തന്റെ ചിത്രങ്ങൾ ഇതിഹാസങ്ങളിലേക്ക് ദൃഷ്ടികളെ സ്വമേധയാ ജനിപ്പിക്കാൻ മാത്രം കഴിവുള്ളവയാണെന്ന്, ക്യാമ്പയിന്റെ അവസാന ദിവസം എന്റെ ക്യാമറ കണ്ണുകൾ ഒപ്പിയെടുത്ത ചിത്രങ്ങൾ കണ്ട് ഹിസ്റ്റോക്യാം ഡയറക്ടർ ഹാരിസ് വില്ലിൻ പറഞ്ഞിരുന്നു. അതിനു ശേഷമാണ് ഹിസ്റ്റോക്യാം എന്നെ മെക്സിക്കോയിലേക്ക് അയച്ചത്. "historia del hombre" എന്ന് പേരുള്ള ഒരു ചെറിയ ഇൻസ്റ്റിറ്റ്യൂഷന്റെ ഗവേഷക സംഘത്തോടൊപ്പമായിരുന്നു എന്റെ വർക്കും. വളരെ കോൺഫിഡൻഷ്യൽ ആയിരിക്കണം എന്ന് അവർക്ക് നിർബന്ധമുണ്ടായിരുന്നു. ചില പ്രത്യേക കരാറുകളും അവർ

അതിനായി മുന്നോട്ട് വച്ചു. പല സോഷ്യൽ മീഡിയകളും ഇതിന്റെ ഭാഗമായി ഞങ്ങൾക്ക് ഉപേക്ഷിക്കേണ്ടതായ് വന്നു. ജീവിതത്തിന്റെ വിരസതയിൽ നിന്നു രക്ഷനേടാൻ ആഗ്രഹിച്ചിരുന്ന എനിക്ക് അതിൽ പ്രത്യേകിച്ച് എതിർപ്പുകളൊന്നും ഉണ്ടായിരുന്നില്ല. പിന്നീടുള്ള എന്റെ താമസവും ഭക്ഷണവുമൊക്കെ അവർ പറയുന്നത് പോലെ ആയിരുന്നു. സാൻ മാറ്റിയോ എന്ന ഹോട്ടലിൽ ആയിരുന്നു ഞാൻ താമസിച്ചിരുന്നത്.

ആദ്യത്തെ ദിനങ്ങൾ തികച്ചും എനിക്ക് സ്വന്തമായിരുന്നു, ജോലിത്തിരക്കുകളൊന്നുമുണ്ടായിരുന്നില്ല. അത്തരമൊരു വൈകുന്നേരമാണ് നീവിനെ ഞാൻ ആദ്യമായ് കണ്ടത്. രാത്രിയോട് അടുക്കുന്ന ഒരു സായാഹ്നം, നീല മേഘങ്ങൾ ചുവപ്പിന്റെയും കരിനീലയുടെയും നിറങ്ങളിലേക്ക് പതുക്കെ മാറിക്കൊണ്ടിരുന്നു. അപ്പോഴാണ് ഞാൻ താമസിച്ചിരുന്ന ഹോട്ടലിന്റെ ഗാർഡനിൽ അവൾ നിൽക്കുന്നത് കാണുന്നത്. വസ്ത്രവിധാനങ്ങളിലെ വ്യത്യസ്തതയായിരുന്നു ആദ്യ കൗതുകം. കുറച്ചു നേരമേ അവളെ അവിടെ കണ്ടുള്ളു. പിന്നീട് അവളെ മറവിക്ക് വിട്ടുകൊടുത്ത് എന്റേതായ ലോകങ്ങളിലേക്ക് ഞാൻ മുഴുകി. 2016 ജൂൺ 23 ന് ഹിസ്റ്റോക്യാമിന്റെ ഓഫീസിൽ പ്രെസന്റ് ആവാൻ നിർദേശിക്കുന്ന ഒരു മെയിൽ എനിക്ക് ലഭിച്ചിരുന്നു. അന്ന് അതനുസരിച്ച് കൃത്യസമയത്ത് ഞാൻ അവിടെ എത്തി. ഹാരിസ് വില്ലിൻ വളരെ സ്നേഹത്തോടെ എന്നേ സ്വീകരിച്ചു. ശേഷം അവിടേക്ക് എഴോളം പേർ കടന്നു. വന്ന രണ്ട് യുവതികളിൽ ബാക്കിയുള്ളവർ മധ്യവയസ്കരായ പുരുഷന്മാരായിരുന്നു. ഹാരിസ് വില്ലിൻ പ്രൊജകറ്റിനെക്കുറിച്ച് സംസാരിച്ചു. ശേഷം സംസാരിക്കാനെത്തിയത് അന്നുകണ്ട ആ പെൺകുട്ടിയായിരുന്നു. ഇവിടുത്തുകാരി അല്ലയെന്നത് ഇംഗ്ലീഷ് ആക്സന്റിൽ നിന്നും വ്യക്തമായിരുന്നു.

പ്രേതവേട്ട ഇമ്പുടോ സിയാൻസ്

"ഇരുട്ടിനെ പിടിച്ച കെട്ടാൻ ഇരുട്ടിനെ കൂട്ടുപിടിക്കുക, അനന്തമായ ആഗ്രഹങ്ങളെ ഇരുട്ടിനോടൊപ്പം നേടുക". ഇമ്പുടോ സിയാൻസെന്ന സംഘടനയുടെ ആപ്തവാക്യമിതാണ്.

ആത്മാക്കളെക്കുറിച്ചുള്ള പഠനമാണ് ഇവരുടെ ലക്ഷ്യം എന്നാണ് ഇവർ പരസ്യപ്പെടുത്തിയിട്ടുള്ളത്. ആവശ്യമുള്ള വിഐപികൾക്ക്, മാരണം, വശ്യം എന്ന് തുടങ്ങി വൂടു വരെ ചെയ്തു കൊടുക്കപ്പെടും. ഇവരുടെ പ്രത്യേകമായതും ചിലവുകൂടിയതും എന്നാൽ ഏറ്റവും അപകടം പിടിച്ചതുമായ കർമ്മമാണ് സിയാൻസ്. അതീവ രഹസ്യമായാണവർ അത് സൂക്ഷിക്കുന്നത്. ഇമ്പുടോ സിയാൻസിന്റെ സ്ഥാപകൻ ഒരു ഇന്ത്യൻ തമിഴ് വംശജൻ ആണെന്ന് മാത്രമേ അറിയൂ. വെബ്സൈറ്റ് വഴിയാണ് അവരിലേക്ക് ആവശ്യക്കാർ എത്താറുള്ളത്.

ചൊവ്വാഴ്ച്ചയാണ് സിയാൻസ് നടത്താറുള്ളത്. മറ്റു പുരാതന ബ്ലാക്ക് മാജിക്കുകളിൽ നിന്നുമൊക്കെ ഇവ തീർത്തും വ്യത്യസ്തമാണ്. 1700 കളിൽ ഇംഗ്ലണ്ടിലും, ഫ്രാൻസിലുമൊക്കെയായി ഉടലെടുത്ത, മരിച്ച ആത്മാക്കളുമായി ബന്ധപ്പെടാനുള്ള ഒരു വ്യത്യസ്ത മാർഗമായിരുന്നു സിയാൻസ്. കറുത്ത കണ്ണാടിയുടെ ചുറ്റും കുറച്ച് ആൾക്കാൾ ചില മന്ത്രങ്ങൾ ചൊല്ലുകയും, ആത്മാവിനെ പേര് ചൊല്ലി വിളിക്കുകയുമാണിതിന്റെ രീതി. പക്ഷെ ഇവിടെ ഇവർ വളരെ വ്യത്യസ്തമായാണ് സിയാൻസ് ചെയ്തിരുന്നത്. മനുഷ്യന്റെ നട്ടെല്ലുകളും തലയോട്ടികളും ഉപയോഗിച്ച് നിർമ്മിച്ച വളരെ പഴയൊരു സംഗീത ഉപകരണം. അത്

വായിക്കാൻ വളരെ സുന്ദരനായ ഒരു യുവാവ്. അവിടെ നിന്ന് 6 അടി മാറി ഒരു മേശക്കു ചുറ്റും വിചിത്ര വസ്ത്രധാരികളായ 5 യുവതികൾ. ഒരു കറുത്ത കണ്ണാടിക്ക് ചുറ്റം അവരുടെ ഒപ്പം കൈകൾ കോർത്താണ് ആവശ്യക്കാർ ഇരിക്കേണ്ടത്. അവർ പറയുന്ന മന്ത്രങ്ങൾ തെറ്റ് കൂടാതെ ചൊല്ലുകയും വേണം. മാത്രമല്ല മറ്റുചില വിചിത്ര നിർദ്ദേശങ്ങളുമുണ്ട്. സിയാൻസിന് വരുന്നവർ കുളിക്കാൻ പാടില്ല, ആചാരങ്ങൾക്ക് മുൻപ് മദ്യപിക്കുകയും ലൈംഗികവൃത്തിയിൽ ഏർപ്പെട്ടിരിക്കുകയും ചെയ്തിരിക്കണം. അതിനുള്ള സംവിധാനവും അവർ ഏർപ്പാടാക്കി തരും. അൽപ്പം പണച്ചിലവുള്ള പരിപാടിയാണ്.

എന്നും വേണ്ടില്ല. ആഗ്രഹങ്ങൾ സാധിക്കാനും ആത്മാക്കളോട് സംവദിക്കാനും മാത്രമായി ചിലർ ഇവിടേക്ക് എത്താറുണ്ട്. ഇമ്പുടോ സിയാൻസ് എന്ന കർമ്മം പുരുഷന്മാരായ ക്ലൈന്റുകൾക്ക് മാത്രമേ ചെയ്യാൻ അനുവാദമുള്ളൂ. കാരണം കാർമ്മികർ സ്ത്രീകളാണ്. കാർമ്മികരായ സ്ത്രീകളെ അവർ 'മാട്ടാന്മാർ ' എന്നാണ് വിശേഷിപ്പിക്കുന്നത്. അത് മാത്രമല്ല ശക്തികുറഞ്ഞ ആത്മാക്കളെ അവർ വിൽക്കാറുമുണ്ട്. ഇമ്പുടോ സിയാൻസിന്റെ സൂത്രധാരൻ ഒരു ചരിത്രഗവേഷകനാണെന്നും, മറഞ്ഞു പോയ ഒരു ജനതയുടെ ചരിത്രത്തിൽ നിന്നും അയാൾ രൂപപ്പെടുത്തിയ ഒരു തട്ടിപ്പാണ് ഈ സംഘടനയെന്ന വാദവും ശക്തമാണ്. അനന്യയും ഇതിലെ ഒരു പ്രധാനകണ്ണിയാണ്.

വിദ്ധായുവും തെരുഹിമാനിയും

പ്രാച്ചി ഇടക്ക് ഇടക്ക് എന്റെ ടെൻറ്റിൽ വന്നിരുന്നു. നാനിമ്മാ പറയാറുള്ള പല കഥകളും അവൾ എനിക്കായി പറഞ്ഞു തന്നു. എങ്കിലും എനിക്ക് വിദ്ധായുവിനെ പറ്റിയറിയാനായിരുന്നു താല്പര്യം. ഒരിക്കൽ നാനിമ്മാ അവരോട് പറഞ്ഞു വിദ്ധായു സ്നേഹിച്ചിരുന്ന ഒളിപോരാളിയും ഒരു മാട്ടാനായിരുന്നുവെന്ന്. ആ പ്രദേശത്തുള്ളവർ വർഷത്തിലൊരിക്കൽ മാട്ടാൻമാരെ വണങ്ങുന്ന ഒരു പ്രത്യേക ദിവസമുണ്ടായിരുന്നു. മലയാളത്തിൽ പറഞ്ഞാൽ മേടരാശി ആകാശത്തു തെളിയുന്ന ദിനം. ലോകത്തിന്റെ രഹസ്യങ്ങളുടെ കാവൽക്കാരും വനദേവതകളുമാണ് മാട്ടാന്മാർ എന്നാണ് അവരുടെ വാദം.

അതിൽ ധർമ്മം മറന്ന് പിഴച്ച് പോയ പോരാളിയാണത്രെ വിദ്ധായുവിനെ സ്നേഹിച്ച പെൺകുട്ടി. അതുകൊണ്ട് തന്നെ അവളെ അവസാനമാട്ടാൻ എന്ന് വിളിച്ചു. നിഷേധികളും പാപികളും ഏതൊരു സംസ്കാരത്തിലായാലും പരിഗണിക്കപ്പെടേണ്ടത് അവസാനമാണല്ലോ. പ്രാച്ചിയും ഞാനും അവരെ പറ്റി തന്നെയായിരുന്നു സംസാരം.... അവൾക്ക് എന്നോട് ഒരു പ്രത്യേകസ്നേഹമുള്ളതായി എനിക്ക് തോന്നി. തിരിച്ച് എനിക്ക് അവളോടും വല്ലാത്തൊരു ആകർഷണം തോന്നാതിരുന്നില്ല.

ഒരു പകൽ അവൾ എന്റെ ടെൻറ്റിൽ വന്ന് ദീദി, മധുരം വേണോയെന്ന് ചോദിച്ചു. അവിടുത്തെ പ്രത്യേക വിഭവമായ ഒരു തരം പലഹാരമെന്റെ വായിൽ വച്ചു തന്നു. വിദ്ധായുവിന്റെയും അവസാന

മാട്ടാന്റെയും പ്രണയരംഗങ്ങൾ അവൾ വർണ്ണിച്ചു. പലതുമെനിക്ക് ഇക്കിളിപ്പെടുത്തുന്ന കൗമാരക്കാരിയുടെ ചാപല്യങ്ങളായാണ് തോന്നിയത്. അതിനിടക്ക് ചില വിവരങ്ങൾ ചുറ്റുവട്ടത്തുള്ളവരിൽ നിന്നും അറിയാൻ കഴിഞ്ഞു. ഒരു പരിധിക്കപ്പുറം ആരും ഒന്നും പറയാൻ തയ്യാറല്ലായിരുന്നു. എങ്കിലും ആ മാട്ടാന്റെ പേര് തെരു ഹിമാനി എന്നാണെന്ന് മനസ്സിലായി. പക്ഷെ പകരം വീട്ടാൻ ശപഥം ചെയ്തു പോയ മാട്ടാൻ ഇവിടുത്തെ നാമവും ഉപേക്ഷിക്കുകയുണ്ടായി. കൂടാതെ ഇവിടെ നിന്നും കടന്ന അവർ തന്റെ അർദ്ധപൂർവികരുടെ ദേശത്തേക്ക് രക്ഷപെട്ടു എന്നാണ് പറയപ്പെടുന്നത്. തെരു ഹിമാനി പിന്നീട് അവസാനമാട്ടാൻ എന്നാണ് അറിയപ്പെട്ടത്. പക്ഷെ അത് പ്രാച്ചി അബദ്ധത്തിൽ പറഞ്ഞുപോയതാണ്.

പോകാൻ നേരം അവൾ പറഞ്ഞു :

“ദീദി ആ പേരു മറന്നു കളഞ്ഞേക്കൂ, നിഷിദ്ധമാണ്”. ശരി എന്ന അർത്ഥത്തിൽ ഞാൻ മന്ദഹസിച്ചു.

പക്ഷെ എനിക്ക് കൗതുകത്തിനപ്പുറം ആ ഇതിഹാസത്തിന്റെ കെട്ടുകൾ അഴിക്കാനും, എരിസ് അഥവാ മേടക്കുറിന്റെ മാട്ടാന്മാരുമായി ബന്ധപ്പെട്ടു കിടക്കുന്ന ചരിത്രമറിയാനും തിടുക്കമായി.

ഇരുണ്ട കളികൾ

മുംബൈ നഗരത്തിലെ പ്രശസ്ത പാരാസൈക്കോളജിസ്റ്റാണ് അനന്യ വിശാൽ ജാഥവ്. പേരുകൊണ്ട് മറാഠിയാണെങ്കിലും ജന്മം കൊണ്ട് പകുതി മലയാളിയാണ്. ആളൊരു സൈക്കിക്ക് ആണ്, ആ കഴിവുകൾ ഉപയോഗിച്ച് ചാനലിങ് നടത്താറുണ്ട്. ഇമ്പ്യൂടോ സിയാൻസ്സുമായിട്ട് ചെറിയ രീതിയിൽ വലിയൊരു കൊളാബ്രിക്കേഷനം അനന്യക്കുണ്ട്. ആത്മാക്കളെ ട്രാപ്ചെയ്യാൻ കഴിവുണ്ടെന്നാണ് അവരുടെ അവകാശവാദം. ആത്മാക്കളെ കുറിച്ച് അവർ ഒരു തീസിസും എഴുതി സ്വന്തം വെബ്സൈറ്റിൽ പ്രസിദ്ധീകരിച്ചിരുന്നു. ആത്മാക്കളെക്കുറിച്ചുള്ള ലേഖനങ്ങളിൽ ഒന്നും തന്നെ അവർ അതിശയോക്തിയോ അന്ധവിശ്വാസങ്ങളോ കലർത്തിയിരുന്നില്ല. ഓരോ ആത്മാവും ഓരോ തരത്തിലുള്ള ഊർജ്ജമാണെന്നാണ് അവർ പ്രസ്താവിച്ചിരിക്കുന്നത്. ഓൺലൈൻ പോർട്ടലിലെ ഈ വാചകങ്ങൾ അമലിനെ അൽപ്പം ചിന്തിപ്പിച്ചു. ആത്മാക്കളുടെ ലോകത്ത് വിഹരിക്കാനോ അല്ലെങ്കിൽ കൗതുകമോ കൊണ്ടൊന്നുമല്ല.

അയാളുടെ ചിന്ത മറ്റൊന്നാണ്, ആയുധങ്ങളിൽ ആത്മാക്കളെ ആവാഹിച്ചിരുത്തുക. ഒരു ഉന്നവും, പ്രതിരോധങ്ങളുമില്ലാതെ,എതിരാളിയെ നിഷ്കരുണം എവിടെ വച്ചും കൊന്നു കളയാൻ സാധിക്കുക. ചുരുക്കി പറഞ്ഞാൽ മാരണത്തിന്റെ ന്യൂജൻ മോഡൽ. വിജയിച്ചു കിട്ടിയാൽ വിശ്വാസികളും അവിശ്വാസികളുമായി വാങ്ങാൻ ഒരുപാട് പേർ എത്തും. അങ്ങനെയെത്തുന്നവരിലേറിയ പങ്കും സമൂഹത്തിലെ

ഉന്നതരാകാനാണ് സാധ്യത. ഇന്റർനെറ്റിന്റെ ഇരുണ്ടയിടങ്ങൾ എന്ന് വിശേഷിപ്പിക്കപ്പെടുന്ന റെഡ് റൂമുകളിൽ പ്രേതവിൽപ്പന തകൃതിയാണ്. ഈ ആശയം വിജയിക്കണമെങ്കിൽ ആദ്യം വേണ്ടത് അനന്യയെ കോൺടാക്ട് ചെയ്യുക എന്നതാണ്. മെയിൽ അയച്ച നാലാം ദിവസം അവർ റിപ്ലൈ തന്നു. ഒപ്പം അപ്പോയ്ന്റ്മെന്റ് ഫീയായിട്ട് 7000 രൂപ അയക്കാനുള്ള നിർദ്ദേശവും. ഫേക്ക് ആകാൻ എന്തായാലും വഴി ഇല്ല.

പണമയച്ച കഴിഞ്ഞ് 5 മിനിട്ടുകൾക്കുള്ളിൽ തന്നെ അടുത്ത റിപ്ലൈ വന്നു. മാർച്ച് 7 നു 10 മണിക്ക് ഒരു വീട്ടിൽ വച്ചാണ് അവർ മീറ്റിങ് പറഞ്ഞിരിക്കുന്നത്. എന്തായാലും ഒറ്റക്ക് പോകുന്നത് അത്ര നല്ലതല്ല, അടുത്തകൂട്ടുകാരനായ വിജിത്തിനെ കൂടെ വിളിക്കാമെന്നു കരുതി. അയാൾ അയാളുടെ മനസ്സിലെ കാര്യങ്ങൾ അനന്യയോട് പറഞ്ഞു. പ്രേതവിൽപ്പന. അയാൾക്ക് ഏകദേശം 20 പ്രേതങ്ങളെ കിട്ടിയാൽ കൊള്ളാമെന്നു തോന്നി. പ്രേതങ്ങൾക്ക് ശക്തിയുണ്ടേൽ ഈ സ്റ്റാർ ട്ട്അപ്പ് നന്നായി നടക്കുമെന്ന് അനന്യക്കും തോന്നി.

"ഏതു റേഞ്ചിലുള്ള ആത്മാക്കളെയാണ് നിങ്ങൾക്ക് വേണ്ടത്"

"ഞങ്ങൾക്ക് വേണ്ടത് 4-6 ത് ഡിഗ്രി ലെവൽ സ്ട്രെങ്ത് ഉള്ള ആത്മാവിനെയാണ്"

"ആഹാ അമലിന് ഇതിനെപറ്റി ധാരണയുണ്ടല്ലേ, ആ ഊർജ്ജാവ സ്ഥയിലുള്ള ആത്മാക്കളെ നിയന്ത്രിക്കാൻ മനുഷ്യന്മാർക്ക് സാധിക്കും."

"ആഹ്ഹ് ഞാൻ ഈ പ്രൊജക്റ്റ് ഏതായാലും സ്റ്റഡി ചെയ്യട്ടെ, കൂടാതെ എന്റെ പാർട്ട്നേർസ്നോട് കൂടി ആലോചിക്കാതെ എനിക്ക് ഇതിൽ കൂടുതൽ ആയി ഇൻവോൾവ് ചെയ്യാൻ പറ്റില്ല."

"ഹേയ്, ഗൗരവിന് ശേഷം ആരാണെന്ന ചോദ്യത്തിന് ഒറ്റ മറുപടി യായി പാരാസൈക്കോളജി വേൾഡ് വിരൽ ചൂണ്ടുന്നത് 'അനന്യ' എന്ന പേരിലേക്കാണ്. ഞങ്ങൾ തന്നെ വിശ്വസിച്ചാണ് വന്നിരിക്കുന്നത്."

"ഞാൻ പറഞ്ഞില്ലല്ലോ വിശ്വസിക്കാൻ, ഞാൻ എന്തായാലും ഞങ്ങളുടെ ബോസ്സിനോട് ചോദിക്കട്ടെ. ആൻഡ് ഞാൻ ആൾറെഡി ഒരു മിഷനു വേണ്ടിയുള്ള തയ്യാറെടുപ്പിലാണ്."

ഏകദേശം രണ്ടാഴ്ചക്ക് ശേഷം അനന്യ വീണ്ടും വിളിച്ചിരുന്നു. ഒക്ടോബർ 10 ന് ഒരു കൂടിക്കാഴ്ച്ചക്ക് വേണ്ടി. അന്ന് ഒറ്റക്കാണ് ഞാൻ പോയത്. അനന്യക്ക് പകരം മറ്റൊരാൾ ആണ് എന്നോട് സംസാരിച്ചത്. ഒരു ഇന്റർവ്യൂ എന്നത് പോലെ ഒരുപാട് ചോദ്യങ്ങൾ അവർ എന്നോട് ചോദിച്ചു. ബിസിനസ്സ് പ്രൊപോസൽ സ്വീകരിക്കുന്നതിനു പകരം

അവർ മറ്റൊരു ഡിമാൻഡ് ആണ് പറഞ്ഞത്. കൂടുതൽ ശക്തരായ ആത്മാക്കളുടെ വേട്ടയാടലിൽ പങ്കു ചേരാൻ. അതിനു വേണ്ടി ഒരു കാട്ടിലെ ട്രൈബിന്റെ അടുക്കലേക്ക് പോകാൻ. പിന്നെ അനന്യയെ പോലൊരു പെണ്ണിന്റെ കൂടെയാകുമ്പോൾ യാത്രയുടെ ത്രിൽ അൽപ്പം കൂടുമെന്നൊക്കെ. ഡിസംബർ 8 ന് ഇവിടേക്ക് എത്തണം എന്ന് അവർ മുന്നറിയിപ്പ് നൽകി.

'അവിടെ നിന്ന് ഇറങ്ങുമ്പോൾ ഹേയ് ആത്മാക്കളേ, നിങ്ങളെ പിടികൂടാൻ ഞാനിതായെത്തുന്നു' എന്നെനിക്ക് വിളിച്ച് കൂവണമെന്നു തോന്നി.

വിദ്ധായു

പ്രാച്ചിക്ക് സ്വന്തമായി ആരുമുണ്ടായിരുന്നില്ല,നാനിമ്മായുടെ വീട്ടിലാണ് അവൾ താമസിച്ചിരുന്നത്. തമ്മിൽ അടുത്തതിൽ പിന്നെ ഏറെ നേരവും എന്റെയൊപ്പമാണ്. അവളുടെ പഴങ്കഥകളിൽ നിന്ന് ചിലതൊക്കെ എനിക്ക് ക്യാച്ച് ചെയ്യാൻ പറ്റിയിട്ടുണ്ട്. ഇവർ കിന്നാരുക്കളുടെ പിൻതലമുറക്കാരാണ്, പക്ഷെ അതേ സമയം കിന്നാരുക്കളുടെ പ്യുവർ ബ്ലഡ് ലൈൻ ആണെന്ന് പറയാനും കഴിയില്ല. അവളുടെ നാനിമ്മായുടെ കൈയിൽ വിദ്ധായുവിനെ പറ്റിയുള്ള വിവരങ്ങൾ ഉള്ളതായി അറിവുണ്ട്. കാരണം കിന്നാരുവിലെ യോദ്ധാവായിരുന്ന വിദ്ധായുവിന്റെ ബന്ധുജനങ്ങളാണ് ഇവർ. വിദ്ധായു നിയമങ്ങൾ തെറ്റിച്ചതിനാൽ ഇവർക്കും അതിന്റെ അനന്തരഫലങ്ങൾ അനുഭവിക്കേണ്ടി വന്നു. അവർ ആ സമൂഹത്തിൽ നിന്ന് പുറത്താക്കപ്പെട്ടു.

വിദ്ധായുവിന്റെ മരണത്തിനിടയാക്കിയ മാട്ടാനെ ഇവർ ശപിക്കപെട്ട പെൺപിശാചായാണ് കരുതുന്നത്. കൂടുതൽ കാര്യങ്ങൾ നാനിമ്മാക്ക് മാത്രമേ അറിയാൻ വഴിയുള്ളുവെന്നു തോന്നി. അവിടുത്തെ ഓരോ രാവും പകലും എന്നെ കൂടുതൽ ഉന്മേഷവതിയാക്കി. 3 ദിവസങ്ങൾ കൂടി കഴിഞ്ഞാൽ ഇവിടെ വിളവെടുപ്പിന്റെ ഉത്സവമുണ്ട്. പ്രാച്ചി ആ ദിവസത്തിലേക്കുള്ള കാത്തിരിപ്പ് തുടങ്ങിയിട്ട് കുറച്ചു നാളായി. ശരവേഗത്തിൽ ദിവസങ്ങൾ കടന്നു പോയി. ആ ദിവസമെത്തി. കുളിച്ചു കുറിതൊട്ട് അത് കാണാൻ ഞാനും ചെന്നു. ഓരോ മൃഗങ്ങളുടെ രൂപങ്ങൾ കെട്ടിയാടുന്ന കലാകാരന്മാർ. രൂപമില്ലാത്ത അദൃശ്യമായ

എന്തിനോടോയുള്ള പ്രാർത്ഥനകൾ. തെരുഹിമാനിയുടേത് എന്ന് കരുതപ്പെടുന്ന ഒരു രൂപത്തെ ശാപവാക്കുകൾ ചൊരിഞ്ഞു കത്തിക്കുന്നതായിരുന്നു അവസാനത്തെ ആചാരം. പിന്നിട്ടുള്ള ഭക്ഷണം അതിഗംഭീരമായിരുന്നു, ധാന്യങ്ങൾ കൊണ്ടുള്ള മധുരപലഹാരങ്ങളായിരുന്നു പ്രധാനം. കൂടുതൽ കാണാൻ നിന്നില്ല, നാനിമ്മായുടെ മുറിയിൽ കയറി രഹസ്യങ്ങൾ തിരയുകയായിരുന്നു എന്റെ ലക്ഷ്യം.

പലതരം വിളക്കുകൾ കൊണ്ട് ആ വീട് അലങ്കരിക്കപ്പെട്ടിരുന്നു. ആരും ഉണ്ടാവാൻ സാധ്യതയില്ലെന്ന് അറിയാമായിരുന്നു എങ്കിലും വളരെ സൂക്ഷിച്ച മാത്രമാണ് ഞാൻ മുന്നോട്ട് കാൽവെച്ചത്. പലതിലും ഞാൻ പരിശോധിച്ചു, ഒന്നും കണ്ടെത്താൻ കഴിഞ്ഞില്ല. കടുത്ത നിരാശയോടെ പുറത്തേക്ക് നടക്കുമ്പോഴാണ് ആ വിളികേട്ടത്.

“ദീദി”

ഒരു നിമിഷം അനങ്ങാൻ കഴിയാത്തവിധം ഞാൻ നിന്നു. അവൾ തുടർന്നു, “ദീദി, ദീദി തിരയുന്നത് എന്താണെന്ന് എനിക്ക് അറിയാം. ”

എന്റെ അടുക്കലേക്ക് അവൾ പതുക്കെ നടന്നു വന്നു. കൈയിലേക്ക് കനമുള്ള ഒരു മരപ്പെട്ടി കൊണ്ട് തന്നു. എന്റെ കൈകൾ ഭാരം കാരണം താഴ്ന്നു പോയ്. അവൾ തന്നെ അത് എടുത്തു... എന്റെ ടെന്റിലേക്കാണ് അവൾ നടന്നു നീങ്ങിയത്. പുറകെ ഞാനും ചെന്നു. ഞാൻ ടെന്റിനകത്ത് കയറിയതും അവളെന്നെ ചുറ്റി വരിഞ്ഞു. ദേഹത്താകമാനം ഉറുമ്പുകൾ അരിക്കുന്നത് പോലെയെനിക്ക് തോന്നി. പക്ഷെ ആവശ്യം എന്റേതാകുമ്പോൾ, ചിലതിനെ ഇഷ്ടപ്പെടുക, തിരിച്ചെന്റെ കൈകളും അവളെ വരിഞ്ഞുമുറുക്കി.

നഗ്നശരീരങ്ങൾ പരസ്പരം വേർപിരിഞ്ഞപ്പോൾ ഞങ്ങൾക്ക് തണുത്തു.

“ദീദി നമുക്ക് ഇവിടുന്നു പോകാം”

അത് ശരിയാണെന്ന് എനിക്കും തോന്നി.

മറ്റൊരു യാത്രയിലേക്ക്

കാടിന്റെ ഉൾഭാഗത്തേക്കാണ് അവൾ എന്നെ കൊണ്ടുപോയത്. ഏകദേശം 13 കിലോമീറ്റർ ആണ് നടക്കേണ്ടി വന്നത്. മൃഗങ്ങളെ ഒന്നും കണ്ടില്ല, എന്തിനു പക്ഷികൾ പോലും വിരളമായിരുന്നു. പക്ഷെ അവിടെ കുറച്ചധികം ഏറുമാടങ്ങൾ കാണാൻ സാധിച്ചു. ഗ്രാമീണർ വേട്ടക്ക് വരുമ്പോൾ താമസിക്കാൻ കെട്ടിയുറപ്പിച്ചവയാണ്. ഏറുമാടങ്ങൾ എന്ന് പറയുന്നതിനേക്കാൾ, മരങ്ങളിൽ മരത്തടികൾ കൊണ്ട് നിർമ്മിച്ച വീടുകൾ എന്ന് പറയുന്നതാവും ശരി. ഏറ്റവും വലുപ്പം തോന്നിപ്പിച്ച ഒന്ന് ഞങ്ങൾ തിരഞ്ഞെടുത്തു. ടെന്റിൽ ഉപയോഗിച്ച സാധനങ്ങൾക്ക് പുറമെ പ്രാച്ചിയും പലതും കരുതിയിരുന്നു.

അന്ന് രാത്രിയും മധുവിധുവെന്നപോലെ ഞങ്ങൾ ആസ്വദിച്ചു. പിറ്റേന്ന് അവളുടെ സഹായത്തോടെ കനമുള്ള പെട്ടി തുറന്നു. നേർത്ത വെള്ളത്തടികൊണ്ടുള്ള പലകകളും ലോഹപലകകളും ആയിരുന്നു അവയിൽ. കനമുള്ള ബുക്കിന്റെ ഏടുകൾ പോലെയാണ് അവ ക്രമീകരിക്കപ്പെട്ടിരുന്നത്. വളരെ സാവധാനം ഞാൻ അവയെ പുറത്തേക്ക് എടുത്തു.

പലതരം ചായങ്ങൾ കൊണ്ട് അവയിൽ ഒരുപാട് ചിത്രങ്ങളുണ്ട്.... വിശദമായി ഓരോന്നും നോക്കേണ്ടിയിരിക്കുന്നു. അതിൽ നിന്നും ഒരു ജനതയുടെ ഇതിഹാസം വ്യക്തമായി കാണാൻ കഴിഞ്ഞു.

ചാര നിറമുള്ള ആകാശവാസിയായ സ്ത്രീയാണ് മനുഷ്യകുലത്തെ ഭൂമിയിൽ പടുത്തുയർത്തിയതെന്ന് അവരുടെ ചരിത്രം വ്യക്തമാക്കുന്നുണ്ട്.

പിന്നീട് ആ ഫലകങ്ങൾ പരിശോധിക്കവേ ഒരു വിചിത്രമായ ചിത്രരൂപം കിട്ടി. ത്രികോണങ്ങളും വട്ടങ്ങളും അടങ്ങിയ ഒരു ചിത്രം. അത് ഒരു മാത്തമാറ്റിക്കൽ പ്രോബ്ലം ആണെന്നാണ് ഞാൻ വിചാരിച്ചത്. എന്നാൽ എന്റെ സംശയം മാറ്റി തന്നത് പ്രാച്ചിയാണ്. അത് മാട്ടാന്മാരിലേക്കുള്ള മാപ്പ് ആണെന്നും, ആകാശത്ത് നക്ഷത്രക്കൂട്ടം പ്രത്യക്ഷപ്പെടുന്ന രാത്രിയിൽ, കിയ്യാലക്കപ്പുറമുള്ള നദിയിൽ ചെന്നിരുന്ന് ത്രിവിമായ എന്ന പേരുള്ള സംഗീത ഉപകരണം വായിച്ചാൽ ചുഴിയുടെ രൂപത്തിൽ ഒരു തുരങ്കം പ്രത്യക്ഷപ്പെടുമെന്നും അവൾ പറഞ്ഞു.

അതാണത്രേ മാട്ടാന്മാരുടെ ലോകത്തേക്കുള്ള ആദ്യ കവാടം. അങ്ങനെ മൂന്ന് കവാടങ്ങൾ, അവ താണ്ടാൻ പറ്റിയാൽ മാട്ടാന്മാരുടെ മാത്രം രഹസ്യങ്ങളിലേക്ക് എത്താം.

പക്ഷെ ത്രിവിമായ തെരു ഹിമാനിയുടെ കൈവശം ആണെന്ന് കരുതപ്പെടുന്നു. ലിപികൾകൊണ്ടുള്ള വിവരണങ്ങളുള്ള ഒന്നായിരുന്നില്ല ആ ഫലകങ്ങൾ. മിക്കതിലും വ്യക്തമായ ചിത്രങ്ങളിലൂടെയായിരുന്നു ചരിത്രം പറഞ്ഞുപോയിട്ടുള്ളത്.

അടുത്ത ഫലകം മറ്റു ഫലകങ്ങളിൽ നിന്നു വളരെ വ്യത്യസ്തമായിരുന്നു. അത് പൂർണ്ണമായും മനസ്സിലാക്കാൻ പ്രാച്ചിയുടെ സഹായങ്ങൾ വേണ്ടി വന്നു. ഏകദേശം പതിനാല് ദിവസങ്ങൾകൊണ്ടാണ് ഞങ്ങൾ അത് മനസ്സിലാക്കിയത്.

വഴിയും സത്യവും

ഭൂമിയിൽ നിന്ന് ആയുതത്തെ (ആയിരം) ഏഴിന്റെ പതിനാല് ഇരട്ടി കൊണ്ട് ഗുണിച്ചാൽ എത്രയുണ്ടോ അത്രയും പ്രകാശവർഷങ്ങൾക്ക് അകലെയാണ് ആ തമോഗർത്തം. ആ തമോഗർത്തത്തെ വിദ്ധായുവുമായി സാമ്യപെടുത്തും പോലെയായിരുന്നു പിന്നീടുള്ള വിവരണങ്ങൾ.

സാധാരണ മനുഷ്യർക്ക് മനസ്സിലാക്കാൻ സാധിക്കരുതെന്ന് അത് എഴുതിയ ആൾക്ക് നിർബന്ധം ഉണ്ടായിരുന്നിരിക്കണം. രണ്ട് വഴികൾ ആണ് വിദ്ധായുവിൽ നിലനിൽക്കുന്നത്. ദ്വിമാനപരിണാമത്തിൽ നിന്ന് നാലാം പരിണാമത്തിലേക്ക് ഉള്ള വഴി (path between 3D to 4D). വിദ്ധായുവിന്റെ അകകാമ്പിൽ അതിയായ ഗുരുത്വാകർഷണ ബലവും പ്രതലത്തിനു ചുറ്റും അതിനു സമാനവും എന്നാൽ വിപരീതവുമായ ബലവുമാണുള്ളതെന്ന് വിവരണങ്ങളിൽ നിന്നു വ്യക്തമായിരുന്നു. അതിൻ പ്രകാരം പ്രപഞ്ചം പല പല ഡയമെൻഷനുകളായി വേർതിരിക്കപ്പെട്ടവയാണ്.

വിദ്ധായുവിന്റെ പുറം പ്രതലത്തിനു ചുറ്റും അന്തരീക്ഷമെന്ന പോലെ 8 നീണ്ട എനർജി പ്ലാറ്റ്ഫോമുകൾ ഉണ്ട്. അവയിലൊന്നിൽ തന്നെ ആകാശഗംഗയെ പോലെ ഏഴ് ഗാലക്സികൾ കൂടെയുണ്ട്. . ഓരോ ഗാലക്സിയിലും ലക്ഷമോ അതിലധികമോ സോളാർ സിസ്റ്റവും. ധാവ ഹിമാനി എന്ന പുരാതന ആസ്ട്രോണമിസ്റ്റ് ആണ് ഇവ ആദ്യമായി രേഖപെടുത്തിയത്. ലിപികളെക്കാൾ ഗൂഢമായ വൃത്തങ്ങളും നീണ്ട ത്രീകോണങ്ങളുമുപയോഗിച്ചാണ് ഇവ രേഖപെടുത്തിയിട്ടുള്ളത്. അവർ ഈ

തമോഗർത്തത്തെ കണ്ടെത്തുകയും, അതിന്റെ അനന്തസാധ്യതകളെ ഉപയോഗിക്കാൻ ശ്രമിച്ചുവെന്നും പറയപ്പെടുന്നു. നീവിന്റെ കുറിപ്പുകളിലെ അവസാനത്തെ ടെക്സ്റ്റ് ഇപ്രകാരമായിരുന്നുവെന്ന് അയാൾ ഓർമ്മിച്ചെടുത്തു.

പക്ഷെ മായന്മാരുടെ അവശേഷിപ്പുകളിൽ ഇവരുടെ ചരിത്രഭാഗങ്ങൾ എങ്ങനെ വന്നു പെട്ടു എന്ന സംശയമാണ് മാട്ടാന്മാരിലേക്ക് അന്വേഷണം വഴിതിരിച്ചു വിട്ടത്. വിദ്ധായുവെന്ന മായൻ ചാരൻ പ്രണയിച്ചു എന്നു കരുതപ്പെടുന്ന മാട്ടാന്മാരിലൊരാളായ ഒളിപോരാളിയാണ്, പിന്നീട് മെക്സിക്കോയിലെത്തിയ ധാവ ഹിമാനിയെന്നും, അവരുടെ കണ്ടെത്തലുകൾക്ക് വിദ്ധായുവിന്റെ പേര് ഉപയോഗിച്ചു എന്ന വാദവും നിലനിൽക്കുന്നുണ്ട്. അതിനെ ശരി വെയ്ക്കുന്നതാണ് നീവിന്റെ കണ്ടെത്തലുകൾ. ലോകം അറിയപ്പെടാത്ത ഒരു ജനതയിലേക്കും അവരുടെ സംസ്കാരങ്ങളിലേക്കും അതുപോലെ രഹസ്യങ്ങളിലേക്കുമുള്ള വഴിയായിരിക്കാം ഈ കണ്ടെത്തലുകൾ.

കിഴക്കൻ തീരങ്ങളിലേക്ക് കടന്ന(മെക്സിക്കോയിലെത്തിയ) തെരു ഹിമാനി (ധാവ ഹിമാനി) ഭാവിയിലേക്കായി പണ്ട്രണ്ട് ഗോളങ്ങൾ കൂടി സൃഷ്ടിച്ചെന്നും, അതിന്റെ പിറ്റേന്ന് അവിടെ ഉണ്ടായിരുന്ന മുഴുവൻ ജനങ്ങളും അപ്രത്യക്ഷരായെന്നും പറഞ്ഞു കേട്ടിട്ടുണ്ട്. അതിനായി അവർ ആ തമോഗർത്തത്തിന്റെ ഊർജ്ജം ഉപയോഗിച്ചെന്നും പറയപ്പെടുന്നു.

അവിടെ ചെന്നാൽ ഇന്നും ആ നഗരത്തിന്റെ അവസാദങ്ങൾ കാണാമത്രെ. ഏതൊരു ഇതിഹാസത്തിലും അതിശയോക്തിയുടെയും ഭാവനയുടേയും അവിശേഷിപ്പുകൾ പ്രതിഫലിക്കുക സാധാരണമാണ്.

വിധി

യാത്രയുടെ ഓരോ കാര്യങ്ങളെക്കുറിച്ചും അവർ എനിക്ക് വിവരങ്ങൾ കൈമാറി കൊണ്ടിരുന്നു. അവസാനം അയച്ച മെയിലിൽ ഒരു ചരിത്രകഥയും പറഞ്ഞിരുന്നു. അത് വായിക്കാനുള്ള ക്ഷമയൊന്നും എനിക്ക് ഉണ്ടായിരുന്നില്ല. പറഞ്ഞത് പോലെ ഡിസംബർ എട്ടിന് ഞാൻ അനന്യയുടെ ഓഫീസിൽ എത്തി. അവിടെ അന്ന് സംസാരിച്ച അതേ ആൾ തന്നെ വീണ്ടും സംസാരിച്ചു. എന്നെ പോലെ തന്നെ അവിടെ രണ്ട് ചെറുപ്പക്കാരും ഒപ്പം മറ്റൊരു പെൺകുട്ടിയുമുണ്ടായിരുന്നു. പിന്നീട് എന്താണ് സംഭവിച്ചതെന്നെനിക്ക് ഓർമ്മയില്ല.

കണ്ണ് തുറക്കുമ്പോൾ മറ്റൊരിടത്താണ്. മുൻപിൽ വലിയ കറുത്ത സ്ക്രീൻ പോലെ തോന്നി. അതിൽ കുറച്ച് ത്രികോണങ്ങളും വട്ടങ്ങളും കാണുന്നുണ്ടായിരുന്നു, അടിയിൽ ഇമ്പുടോ സിയാൻസ് എന്ന് ഇംഗ്ലീഷിലും. അവിടെ വിചിത്രമായ പലതരം വേഷങ്ങൾ ധരിച്ച സ്ത്രീകളെ കണ്ടു. അവർ എന്തോ പ്രാക്ടീസ് ചെയ്യുകയാണെന്നു തോന്നി. അന്ന് കണ്ട അനന്യയുടെ ബോസ്സ് എന്നയാൾ ഞങ്ങളുടെ അടുത്ത് വന്നു.

6 ലക്ഷത്തിന്റെ ഒരു ചെക്ക് എന്റെ കൈയിലേക്കും അതുപോലെ മറ്റു ചെറുപ്പക്കാരുടെ കൈകളിലേക്കും വച്ചു നീട്ടി. എനിക്ക് വളരെയധികം പേടിയും കൗതുകവും തോന്നി. മറ്റുള്ള ചെറുപ്പക്കാരിലും ഇത്തരം ഭാവ പ്രകടനങ്ങൾ വ്യക്തമായിരുന്നു. ശേഷം ഓരോരുത്തരെയും കൊണ്ട് ഒരു ഹാളിലേക്ക് നടന്നു. ഒരു റെസ്റ്റോറന്റ് പോലെ ആയിരുന്നു ആ

സ്ഥലം ക്രമീകരിച്ചിരുന്നത്. പക്ഷെ, പെണ്ണും മദ്യവും അവിടെ ഒരു കാഴ്ച്ചവസ്തുവായി ഞങ്ങൾക്ക് മുൻപിൽ ഒരുക്കിയിരുന്നു. അതൊരു മായാലോകമാണെന്ന് എനിക്ക് തോന്നി. കൺമുന്നിൽ കണ്ട സുന്ദരി, അവൾ തന്നെ അനന്യ, അവളെന്റെ അരികിൽ വന്നു ചുണ്ടുകളിൽ തൊട്ടു. പ്രേതാലയങ്ങളെയും ഇരുണ്ടയിടങ്ങളെയും പ്രതീക്ഷിച്ച ചെന്ന എനിക്ക്, ഞാൻ സ്വർഗ്ഗത്തിലാണെത്തിയതെന്ന് തോന്നി. ഒരു കൊറിയൻ ടൈപ്പ് ഫുഡ് ഐറ്റം അവളെനിക്ക് വായിൽ വച്ചു തന്നു. മദ്യം സിപ് ചെയ്ത് ചുണ്ടുകൾകൊണ്ട് പകർന്നു തന്നു. അവിടുത്തെ അന്ത രീക്ഷമാകെ, എന്നെ പോലെ മത്തു പിടിച്ചിരിക്കുകയാണെന്ന് എനിക്ക് തോന്നി. അവളെന്റെ നേർക്ക് കൈകൾ നീട്ടി. ഞാൻ അവളുടെ വിരൽ തുമ്പിലേക്ക് വിരൽചേർത്ത് അവളോടൊപ്പം പോയി.

ഒരു മന്ത്രവാദിനിയെ പോലെ അവളെന്നിൽ പല ജാലവിദ്യകളും കാണിച്ചു, അവസാനമെന്റെ മാറിൽ തലചായിച്ചു. പിറ്റേദിവസം ഉണർന്നപ്പോൾ സ്വർഗ്ഗവുമില്ല ചൂടുപറ്റിയുറങ്ങിയ പെണ്ണുമില്ല. ആലുവ സൗത്ത് റെയിൽവേ സ്റ്റേഷനിൽ ഒരു ബെഞ്ചിന്റെ അടിയിൽ ഞാൻ കിടപ്പുണ്ട്. എങ്ങനെ അവിടെയെത്തി എന്നത് തിരിച്ചറിയാൻ എനിക്ക് കുറച്ചു സമയം വേണ്ടി വന്നു. അരികത്ത് മൊബൈൽ ഉണ്ടായിരുന്നു. ഓൺ ചെയ്തപ്പോൾ ജി മെയിലിന്റെ ഐക്കൺ, നോട്ടിഫിക്കേഷൻ ബാറിൽ കണ്ടു.

From

Imbudo séance

“Hope you have enjoyed last night. Kindly check your pocket. ”

എനിക്ക് ആകെ തലപെരുക്കുന്നത് പോലെ തോന്നി. പോക്കറ്റിൽ തപ്പിയപ്പോൾ ഒരു ടിക്കറ്റ് കണ്ടു. ഹസറാത്തിലേക്ക് ആണ്. ചുറ്റും നോക്കിയപ്പോൾ എന്റെ കൂടെ ഇന്നലെയുണ്ടായിരുന്ന ഒരു ചെറുപ്പക്കാ രനും കുറച്ച് അകലെ ഒരു ടിക്കറ്റും നോക്കി അന്തിച്ചു നിൽക്കുന്നത് കണ്ടു.

വെറുപ്പോടെ അവൻ ആ ടിക്കറ്റ് ചുരുട്ടി എറിഞ്ഞു. ഞാൻ അവനെ കൈവീശി കാണിക്കാൻ ശ്രമിച്ചു. പക്ഷെ, അവൻ ശ്രദ്ധിക്കാതെ തിരിഞ്ഞു നടക്കാൻ തുടങ്ങി. ഒരു വെടിയൊച്ചയുടെ ശബ്ദമാണ് പിന്നീട് കേട്ടത്. അവൻ നിലത്ത് രക്തത്തിൽ കുളിച്ച് കിടക്കുന്നു. ആളുകൾ ഉടനെ ഓടി കൂടി. ഒരു ഊരാക്കുടുക്കിൽ ആണ് ഞാൻ ചെന്നു പെട്ടത് എന്ന് എനിക്ക് മനസ്സിലായി. അവർ എനിക്കായി ബുക്ക്

ചെയ്ത ട്രെയിനിലേക്ക് ഞാൻ കയറി. AC കമ്പാർട്ട്മെന്റാണ് അവർ ബുക്ക് ചെയ്തിരുന്നത്. അകത്ത് കയറി 3 മിനിറ്റ് കഴിഞ്ഞപ്പോൾ ഒരു പെൺകുട്ടി അകത്തേക്ക് കയറി. അവളാകെ ഭയന്നമട്ടാണ്. എന്നെ സംശയത്തോടെ നോക്കികൊണ്ട് പതുക്കെ ഓപ്പോസിറ്റ് സീറ്റിലേക്ക് ഇരുന്നു. ഉടനെ തന്നെ മറ്റൊരു ചെറുപ്പക്കാരനും കൂടി എത്തി. അയാളുടെ മുഖത്ത് പ്രത്യേകിച്ച് ഒരു ഭാവമാറ്റവും ഉണ്ടായിരുന്നില്ല.

അപ്പോഴാണ് റിങ്ടോൺ പോലെയൊരു ശബ്ദം കേട്ടത്. ഞാനും ആ പെൺകുട്ടിയും ഒരുപോലെ ഞെട്ടി. ഞാൻ പതുക്കെ ചെറിയ ആ മൊബൈൽ എടുത്തു. റിങ്ടോൺ ആയിരുന്നില്ല ഒരു ടെക്സ്റ്റ് മെസ്സേജ് ആയിരുന്നു.

"Kindly check what is behind you"

ഞാൻ അവരെയും ആ മെസ്സേജ് കാണിച്ചു. ഞങ്ങൾ പരസ്പരം നോക്കി ശേഷം സീറ്റിനടിയിലേക്ക് നോക്കി. ആ മെസ്സേജിൽ പറഞ്ഞത് പോലെ രണ്ട് ബാഗുകൾ സീറ്റിനടിയിൽ ഉണ്ടായിരുന്നു. ഞാൻ പതുക്കെ ബാഗ്തുറന്ന് നോക്കി. ഇടാൻ ഉള്ള കുറച്ച് ഡ്രസ്സ്. ഒപ്പം ബാഗിന്റെ പകുതിയോളം വരുന്ന ഒരു കാർബോഡ് ബോക്സും. നെറ്റിയിലെ വിയർപ്പ് തുടച്ച് ഞാൻ അത് തുറന്നു. ഒരു നിമിഷം ഞാൻ നിശ്ചലനായി നിന്നു പോയി.

ഒരു കൊച്ചു യന്ത്രമായിരുന്നു. മൂന്ന് ചക്രങ്ങൾ ഉള്ള, കുറച്ച് ഗോളങ്ങൾ നിശ്ചിത അളവിൽ ചക്രങ്ങളിൽ സ്പർശിക്കുന്ന പോലെയായിരുന്നു അതിന്റെ ക്രമീകരണം.

ഏകദേശം 12 ഗോളങ്ങൾ ആ മെഷീനിൽ ഉണ്ടായിരുന്നു. ഓരോ ഗോളങ്ങൾക്ക് മുകളിലും ഓരോ തരത്തിലുള്ള തലയോട്ടിയുടെ ചിത്രങ്ങൾ കൊത്തിവച്ചിരുന്നു. ആ പെൺകുട്ടിയുടെ അരികിൽ ഉണ്ടായിരുന്ന പെട്ടിയിൽ ഉണ്ടായിരുന്നത് കറുത്ത പ്രതലമുള്ള ഒരു കണ്ണാടിയും ഒരു ചാർട്ടിൽ കുറച്ച് വട്ടങ്ങളും പിന്നെയൊരു വടക്ക് നോക്കി യന്ത്രവും ത്രികോണങ്ങളുമാണ്. ഉടനെ തന്നെ അടുത്ത മെസ്സേജ് വന്നു.

"Keep it carefully. "

ഒലിവിന്റ നിറമുള്ള കണ്ണുകൾ. അയാൾ വീണ്ടും നീവിന്റെ ഓർമ്മകളിലേക്ക് മടങ്ങി. ഒലിവിന്റെ നിറമുള്ള നേർത്ത പച്ചക്കണ്ണുകളാണ് നീവിന് ഉണ്ടായിരുന്നത്. ആദ്യമൊക്കെ അവൾ എന്നെ കണ്ടതായി പോലും ഭാവിച്ചില്ല. രണ്ടാമത്തെ വീക്കിലെ പ്രസന്റേഷൻ ടൈമിൽ, ക്യാമ്പിലെ വർക്കുകളിൽ കൂടി കടന്നുപോയപ്പോൾ ക്യാമറാമാന്റെ

വൈഭവത്തെക്കുറിച്ച് ഹാരിസ് വില്ലിൻ പറയുകയുണ്ടായി. അപ്പോളാവണം അവൾ എന്നെ ശ്രദ്ധിച്ചിട്ടുണ്ടാവുക. പിന്നെ പിന്നെ കാണുമ്പോളൊക്കെ ചെറിയൊരു മന്ദഹാസം അവളുടെ ചുവന്ന ചുണ്ടുകളിൽ വിടർന്നിരുന്നു. ഏകദേശം അഞ്ചാമത്തെ ആഴ്ചയിലാണ് ആ കൊത്തുപണി ഞാൻ നീവിന് കാണിച്ചു കൊടുത്തത്. ആ ചിത്രപ്പണിക്ക് കേവലം 5 സെന്റിമീറ്റർ വ്യാപ്തിയേ ഉണ്ടായിരുന്നുള്ളൂ. എടുത്ത സ്റ്റിൽസ് നോക്കുമ്പോഴാണ് അതെന്റെ കണ്ണിൽ പെട്ടത്. യോദ്ധാവായ ഒരു പ്രതിമയുടെ വലത്തെ നെഞ്ചിന്റെ ഭാഗത്തായാണ് ആ ചിത്രമുണ്ടായിരുന്നത്. ഹിസ്റ്റോളൊജിക്കൽ മോഡിലിട്ടു സൂം ചെയ്തു പരിശോധിച്ചപ്പോൾ ആണ് അതൊരു കൂട്ടം ആളുകളുടെ ചിത്രമാണെന്ന് മനസ്സിലായത്. കൂടുതൽ മനസ്സിലാവാൻ മാത്രം എനിക്ക് ചരിത്രത്തിലോ, നരവംശശാസ്ത്രത്തിലോ അറിവ് പോരാ. അതുകൊണ്ടാണ് ഞാൻ ഇവ നീവിന് അയച്ചു കൊടുത്തത്. ഒരു നന്ദി വാക്ക് മാത്രം പ്രതീക്ഷിച്ചാണ് ഞാൻ ചെന്നത്.

എന്നാൽ, കണ്ടയുടനെ നീവ് എന്നെ കെട്ടിപിടിച്ച് ചുംബിക്കുകയാണ് ഉണ്ടായത്. പിന്നീടുള്ള രാത്രികളിൽ ഞങ്ങൾ ആ കൊത്തുപണിയെ കുറിച്ച് വളരെയധികം സംസാരിച്ചിരുന്നു. ചിലപ്പോഴൊക്കെ സംസാരങ്ങൾക്കിടയിൽ പ്രണയചാപല്യങ്ങളും കടന്നു വന്നു.

കിന്നാരു ഗഡിധക്ക് സിവിലൈസേഷനെക്കുറിച്ച് പഠിക്കാനായി അവൾ ഇന്ത്യയിൽ വന്നതും, അവരെയും ഈ മായന്മാരെയും ബന്ധിപ്പിക്കുന്ന ഒരു പൊതു കണ്ണിയുള്ളതായി, അവൾക്ക് അന്നേ തോന്നിയിരുന്നതായും പറഞ്ഞിരുന്നു. തിരക്കുകൾ കുറയുമ്പോൾ, മെക്സിക്കോയിലെ റിവിയിരോ മായയെന്ന കടൽ തീരത്തേക്ക് ഞങ്ങൾ ഇടക്ക് പോകുമായിരുന്നു. മണിക്കൂറുകളോളം കടലിനെ നോക്കി എന്റെ തോളിൽ ചാരി.... ആ ഓർമ്മകളോളം വേദനിപ്പിക്കുന്ന മറ്റൊന്ന് ഭൂതകാലങ്ങളിൽ കണ്ടെത്തുക പ്രയാസമാണ്.

ഒരാഴ്ചയോളം നീവിനെ ഞാൻ കണ്ടില്ല, പലതവണ കാൾ ചെയ്തപ്പോളും അവൾ അത് കട്ട് ചെയ്തു. കൂടാതെ, പല റിസർച്ച് പേപ്പറുകളും എന്റെ മെയിലിലേക്ക് ഫോർവേർഡ് ചെയ്തിരുന്നു. അവളുടെ ആ തിരക്ക് എനിക്ക് മനസ്സിലാക്കാൻ പറ്റുന്നതേ ഉണ്ടായിരുന്നുള്ളൂ. ആ സമയങ്ങളിലൊക്കെ അവളുടെ ഡാഡയുമായി ഞാൻ സംസാരിച്ചിരുന്നു. അവളുടെ വികൃതികൾ, പിണക്കങ്ങൾ, കുട്ടിക്കാലം ഇവയെപറ്റിയൊക്കെ അദ്ദേഹം വളരെ രസകരമായി പറയുമായിരുന്നു.

ഏകദേശം ഒരാഴ്ചക്ക് ശേഷം രാവിലെ എന്റെ അപാർട്ട്മെന്റിൽ കുറച്ച് വിസിറ്റേർസ് വന്നു. അത് മെക്സിക്കോയിലെ ലോ എൻഫോഴ്സ്മെന്റിൽ നിന്നായിരുന്നു. നീവും ഞാനുമായുള്ള ബന്ധത്തെ കുറിച്ചും മറ്റും അവർ ചോദിച്ചു. കുറച്ചു ഫോട്ടോഗ്രാഫുകൾ അവരെന്നെ കാണിച്ചു. ഞാൻ അറിയാതെ എന്റെ കണ്ണുകൾ നിറഞ്ഞു. അപാർട്ട്മെന്റിന്റെ ബാത്റൂമിൽ രക്തത്തിൽ പൊതിഞ്ഞു കിടക്കുന്ന എന്റെ നീവിന്റെ ശരീരം. ഒന്നുറക്കെ കരയാൻ പോലുമാകാതെ ഞാനവർക്ക് മുൻപിൽ തരിച്ചു നിന്നു. പിന്നീട് ചോദ്യം ചെയ്യലുകളുടെയും വിചാരണകളുടെയും പെരുമഴയായിരുന്നു. അവസാനം ഒരുനോക്ക് കാണാൻ പോലുമെനിക്ക് സാധിച്ചില്ല. അവിടെ നിന്നു തിരികെ വരാൻ നേരം അദ്ദേഹത്തെ കണ്ടിരുന്നു, നീവിന്റെ പ്രിയപ്പെട്ട ഡാഡയെ. വികാരഭരിതമായ ആ രാത്രി അദ്ദേഹം എന്റെ മാറിൽ മുഖമമർത്തി കരഞ്ഞു.

എനിക്കും കണ്ണുനീരിനെ നിയന്ത്രിക്കാനായില്ല. എങ്ങനെയോ നാട്ടിലെത്തിപ്പെട്ടു. പിന്നീടുള്ള ഒരു വർഷം ഇരുട്ടുമുറിയിൽ. ഭ്രാന്തന്റെ ഭ്രാന്തമായ ചിന്തകൾക്ക് അവളുടെ മിഴികളുടെ നിറം. പിന്നീട് വീണ്ടും മനുഷ്യരുടെ ലോകത്തേക്ക്. അച്ഛന്റെ ഒരു സുഹൃത്താണ് ഇവിടെ ഒരു ജോലി ശരിയാക്കി തന്നത്. ഇടക്ക് ഒരുപാട് സ്ഥലങ്ങളിൽ അലഞ്ഞു നടക്കാൻ ചെയ്യാനൊന്നുമില്ലാത്ത ദിവസങ്ങൾ കണ്ടെത്തി. എങ്കിലും കടൽ തീരത്തേക്ക് പോകാതിരിക്കാൻ ഞാൻ ശ്രമിച്ചു.

ഇന്നലെകൾ, അവയെന്നെ വീണ്ടും തേടി വന്നിരിക്കുകയാണ്. നീവും രാമേട്ടനും ഒരു കണ്ണിയിൽ കണക്റ്റഡ് ആണ്.

“മാട്ടാൻസ്”

രാമേട്ടൻ അയാളെവിടെയാണ്. അതാണ് അറിയേണ്ടത്. ഓർമ്മകൾക്ക് വിരാമമിട്ട് അയാൾ കിടക്കയിലേക്ക് ചരിഞ്ഞു.

പിറ്റേന്ന് അയാൾ ഒരു ഉറച്ച തീരുമാനവുമായാണ് എണീറ്റത്....

29 വർഷങ്ങൾക്ക് ശേഷം അയാൾ വീണ്ടും അങ്ങോട്ടേക്ക് പോകാൻ തീരുമാനിച്ചു. ചില നിഗൂഢതകൾ അനാവരണം ചെയ്യപ്പെടേണ്ടത് ഇന്നലെകളിൽ നിന്നാണെന്ന് അയാൾ കരുതി.

ചാലുകുന്നിൽ നിന്ന് അയാൾ തിരുവനന്തപുരത്തേക്കുള്ള കെ. എസ്. ആർ. ടി. സി ബസ്സിൽ കയറി.

മനസാകെ കുഴഞ്ഞു മറിഞ്ഞു കിടക്കുന്നു. റെജിന സ്പെക്ടോയുടെ ദി കാൾ എന്ന പാട്ട് റിപീറ്റ് ചെയ്ത് കേട്ടുകൊണ്ടിരുന്നു. നീവിന് ഏറ്റവും ഇഷ്ടമുള്ള പാട്ടുകളിൽ ഒന്നാണ്. ഓർമ്മകൾ പിന്നെയും കടൽ

ത്തീരങ്ങളിലേക്ക് വലിച്ച് ഇഴക്കുന്നതായി തോന്നി. 132. 2 കിലോമീറ്റർ എത്രവേഗത്തിലാണ് കടന്നുപോയത്. നന്നാട്ട്കാവ് ആകെ മാറിയിരിക്കുന്നു. മാറ്റങ്ങൾ ഒക്കെ സ്പഷ്ടമായി എടുത്തറിയാൻ കഴിയുന്നുണ്ട്. പഴയ തറവാട്ടിലേക്ക് ഒരുപാട് ദൂരം ഉള്ളത് പോലെ തോന്നി. വിയർപ്പിൽ മുങ്ങി ആകെ വിയർത്തു കുളിച്ചാണ് അവിടെയെത്തിയത്. ഒരു പ്രേതാലയം പോലെ തറവാട് നിലനിൽക്കുന്നു. . വാതിൽ ഒക്കെ തന്നെ പകുതി പൊളിഞ്ഞമട്ടാണ്. എങ്കിലും രാത്രിയിൽ മനുഷ്യസഹവാസമുള്ളതിന്റെ ലക്ഷണങ്ങൾ പ്രകടമായിരുന്നു.

മട്ടുപ്പൊതുങ്ങുന്നതുവരെയൊന്നു വരാന്തയിലിരുന്നു. പിന്നെ പരിചയമുള്ള വാസു അണ്ണനെ വിളിച്ചു. വീട് ഏൽപ്പിച്ചിരുന്നത് അയാളെയാണ്. മുഴുവൻ വൃത്തിയാക്കി എടുക്കണം, കതകുകളും ജനലുകളും പിടിപ്പിക്കണം. വന്നപ്പോഴേ അയാളൊരു വളിച്ച ചിരി ചിരിച്ചു. അച്ഛന്റെ ബാല്യകാല സുഹൃത്താണ്. 3 ദിവസം എടുത്തു വീട് പുതുക്കി പണിയാനും, വൃത്തിയാക്കാനും മറ്റും. അതിനിടയിൽ രാമേട്ടന്റെ കാര്യങ്ങൾ അറിയാനും ഞാൻ ശ്രമിച്ചു. അമേരിക്കയിലെവിടെയോ സെറ്റിൽഡ് ആണെന്നുള്ള വിവരം മാത്രമാണ് കിട്ടിയത്. പക്ഷെ പുള്ളിയുടെ സിസ്റ്റർ, പണ്ട് ഞാൻ അക്കയെന്ന് വിളിച്ചിരുന്ന സരസ്വതി, ഇവിടെ തന്നെയാണ് താമസിക്കുന്നത്. ഞാൻ നന്നാട്ട്കാവിൽ തന്നെ തുടരാൻ തീരുമാനിച്ചു. മുറുകുന്ന ഏതൊരു കുരുക്കിനും അതിന്റെ നിഗൂഢതകൾ അഴിക്കാൻ കെൽപ്പുള്ള മറ്റൊരറ്റം ബാക്കിയുണ്ടാവും. അതിനിടയിൽ നീവിന്റെ പഴയ മെയിലുകൾ ഞാൻ റിക്കവർ ചെയ്തെടുത്തു.

അന്ന് എനിക്കയച്ചിട്ട റിസർച്ച് പേപ്പറുകൾ ആദ്യമൊക്കെ എടുത്ത് നോക്കിയിരുന്നെങ്കിലും, പ്രണയത്തിന്റെ ഒഴുക്കിൽ പിന്നീട് അവയൊക്കെ വിട്ടുപോയിരുന്നു. ഇന്ന് രാത്രി മുതൽ അവയിലേക്ക് യാത്ര ചെയ്യണം. നീവിന്റെ കൈയിൽ നിന്നൊഴുകി പടർന്ന രക്തവും, പാതിയടഞ്ഞ പച്ചക്കണ്ണുകളും. ഇന്നും ഹൃദയം നുറുങ്ങുന്ന വേദനയാണ്.

ഇടക്ക് വാസു അണ്ണൻ ഭക്ഷണമുണ്ടാക്കാനുള്ള സാധനങ്ങൾ കൊണ്ട് തന്നിരുന്നു. തൽക്കാലത്തേക്ക് ഒരു ഗ്യാസ് കണക്ഷനും സംഘടിപ്പിച്ചിരുന്നു.

രാത്രിയിൽ ഒരു കുളികൂടി കഴിഞ്ഞു ഞാൻ ലാപ്ടോപ് ഓൺ ആക്കി. റിക്കവർ ചെയ്ത മെയിലുകളിൽ, നീവിന്റെതായ മെയിലുകൾ എല്ലാം സ്റ്റാർ ചെയ്തു വച്ചു.

മാട്ടാന്മാരുടെ രഹസ്യങ്ങൾ

The green ocean - 04/12/2016

മായൻസ് ആൻഡ് മാട്ടാൻസ്

"നോർത്ത് ഇന്ത്യൻ ട്രൈബ്സ് ആയ കിന്നാരു, ഗഡിധക്ക് എന്നീപ്രാചീന മനുഷ്യവംശജരുടെ അർദ്ധസഹോദര ന്മാരാണ് മായന്മാർ. വേദകാലഘട്ടങ്ങൾക്ക് മുൻപ് സൗത്ത് ഇന്ത്യൻ തീരത്ത് താമസിച്ചിരുന്ന അവർ ഒരു സുപ്രഭാതത്തിൽ,അമാനുഷി കനെന്നും, ദൈവമെന്നും, പ്രപഞ്ച ശക്തിയെന്നും, വിളിക്കുന്ന ഒരു പാൻസ്പേർമിയൻ എന്റിറ്റിയുടെ വരവോടെ മെക്സിക്കൻ തീരങ്ങളി ലേക്ക് ചേക്കേറി. പക്ഷെ ആ ശക്തിയെ ഭയപ്പെട്ടിരുന്നവരിൽ ചിലർ കടൽ തീരങ്ങൾ വിട്ടു നോർത്തിലേക്ക് പിൻവാങ്ങി. കലാപത്തിന്റെ യും നായാട്ടിന്റെയും ശേഷിപ്പുകൾക്കിടയിൽ നിലനിൽക്കുന്ന ചില തെളിവുകൾ ഇവയെ ചൂണ്ടിക്കാണിക്കുന്നവയാണ്. പ്രാകൃത മനുഷ്യ നിൽ നിന്ന് പുരോഗതി കൈവരിച്ച മനുഷ്യന്റെ വളർച്ചയും, അവന്റെ ജീവിത നിലവാരങ്ങളും അവയെ വ്യക്തമാക്കുന്നു.

മായൻ കലണ്ടർ, അവരുടെ നാഗരികത എന്നിവയൊക്കെ അതിനെ ശരിവെയ്ക്കുന്ന ചില തെളിവുകൾ ആണ്. എന്നാൽ അതുപോലെ തന്നെ ടെക്നോളജിയിലും മറ്റും മായന്മാരെ പോലെ തന്നെ കിന്നാരുക്കളും ഗഡിധക്കുകളും ഉയർന്നു നിൽക്കുന്നു. നോർത്ത് ഇന്ത്യയിലെ ഭൂമിക്ക ടിയിലെ ചില നിർമ്മിതികൾ അവരുടേതാണെന്നും ചില തെളിവുകൾ പറയുന്നുണ്ട്.

The green ocean - 12/12/2016

-2

മായൻ സ്കൾച്ചറുകളുടെ ഇടയിൽ നിന്നും കിട്ടിയ ചെറിയ ഒരു കൊത്തുപണി വളരെ അത്ഭുതം നിറഞ്ഞ ഒന്നാണ്. ആ കൊത്തു പണി ഒരു ജനതയുടെ ഇതിഹാസത്തിലേക്കുള്ള വഴി ആയിരുന്നു. 12 ഗോളങ്ങളിൽ ഒളിപ്പിച്ച രഹസ്യങ്ങളിലേക്കുള്ള മാർഗം. ആ കാർവിങ് ചിചെൻ ഇറ്റ്സ്സയെന്ന മായൻ പിരമിഡിന്റെ മാപ്പ് അല്ലെങ്കിൽ ബ്ലൂ പ്രിന്റ് ആയിരുന്നു. 12 സ്ഥലങ്ങൾ അതിൽ പ്രത്യേകം അടയാളപ്പെടു ത്തിയിരുന്നു. നിധിയെന്നാണ് ഞാൻ കരുതിയത്. ഹാരിസ് വില്ലിനെ ഞാൻ ഉടൻ തന്നെ അതിനെപ്പറ്റി അറിയിക്കുകയുണ്ടായി. അദ്ദേഹം ഒരു ടീമിനെ അങ്ങോട്ടേക്ക് അയച്ചു. പക്ഷെ നിധിയൊന്നും കണ്ടെ ത്താനായില്ല. അദ്ദേഹത്തിന്റെ താല്പര്യ പ്രകാരം ഞാനും അദ്ദേഹവും ഒരിക്കൽ കൂടി അങ്ങോട്ടേക്ക് പഴയ ടീമിനെ കൂട്ടി പോയിരുന്നു. എല്ലാ വരുടേയും കണ്ണിൽ നിധിയിലേക്കുള്ള തിളക്കം ഞാൻ കണ്ടു. മാപ്പിനെ സൂക്ഷ്മമായി പിന്തുടർന്നപ്പോൾ ആദ്യത്തെ രണ്ട് പ്രാവിശ്യവും ഒരു ഗോളം എന്റെ കണ്ണിൽ പെട്ടു, മണ്ണ് കൊണ്ടുള്ള ഒരു ഗോളം. പിന്നീട് ഉള്ള 10 സ്ഥലങ്ങളിലും അത്തരം 10 ഗോളങ്ങൾ കണ്ടെത്തുകയുണ്ടായി. അങ്ങനെ കണ്ടെത്തിയ ഗോളങ്ങൾ ഹാരിസ് വില്ലിൻ ഹിസ്റ്റോക്യാമി ന്റെ ഓഫീസിലേക്ക് കൊണ്ട് പോയി. ആ ഗോളങ്ങൾക്കകത്ത് എന്താ ണെന്നറിയാൻ ഞാനും നന്നായി ആഗ്രഹിച്ചിരുന്നു.

The green ocean - 21/12/2016

-3

ഗോളങ്ങൾ പരിശോധിച്ചതായി ഹാരിസ് വില്ലിൻ അറിയിച്ചു. X-ray ഡീറ്റെയിൽസും മറ്റുമാണ് അയാൾ ഉദ്ദേശിച്ചത്. മറ്റൊന്നും ആ ഗോളത്തിനുള്ളിൽ ഇല്ലെന്ന് അറിയിച്ചു. എന്തേലും ഇനിയും സ്റ്റഡി ചെയ്യാൻ ഉണ്ടെങ്കിൽ അത് എന്നോട് കൊണ്ടുപൊയ്ക്കോളാൻ പറഞ്ഞു. ഗോളങ്ങൾ പോളിഷ് ചെയ്തിരിക്കുന്നു, നന്നായി പരിശോധിച്ച മട്ടാണ്. ഞാനാ ചെറിയ ഗോളങ്ങൾ റൂമിലേക്ക് കൊണ്ട്പോയി. അധികം ഭാരം അവക്ക് ഉണ്ടായിരുന്നില്ല, എന്നാൽ ഉള്ളു പൊള്ളയുമല്ല. X ray യിൽ നിന്ന് അത് വ്യക്തമാണ്. മറ്റു റിപ്പോർട്ടുകൾ കൂടി ഞാൻ പരിശോധിച്ചു. ഓരോ ഗോളത്തിന്റെയും മാസ്സ് ഒന്ന് തന്നെയാണ്, അണുവിട വ്യത്യാ സമില്ല. എല്ലാം 69. 7 g/cm^3 ഭാരമുള്ളവ.

The green ocean 26/12/2016

-4

ഏകദേശം ഒരാഴ്ച്ച കഴിഞ്ഞിട്ടും ആ ഗോളങ്ങൾക്കുള്ളിൽ എന്താണെന്നു കണ്ടു പിടിക്കാൻ എനിക്ക് കഴിഞ്ഞില്ല. ഉറക്കവും ഭക്ഷണവും നശിച്ച മട്ടാണ്. ചുറ്റുമുള്ള മനുഷ്യരെയും ശ്രദ്ധിക്കാൻ കഴിയാതെയായിരിക്കുന്നു. മണിക്കൂറുകൾ കടന്നു പോകവേ വല്ലാത്തൊരു ദേഷ്യം എന്നെ പിടികൂടി. മുന്നിൽ ഇരുന്ന ഒരു ഗോളം എടുത്ത് ഞാൻ എറിഞ്ഞു. ആ ഗോളത്തിനകത്തു നിന്ന് വെള്ളിയുടെ നിറത്തിലുള്ള ഒരു ദ്രാവകം നിലത്തേക്ക് പടർന്നു. മൂന്ന് മിനിറ്റുകൾ കഴിഞ്ഞപ്പോൾ അത് ഒരു പേപ്പർ പോലെ ആയി. കൈയിൽ ഒരു ഗ്ലൗസ് ഇട്ടതിനു ശേഷം ഞാനത് കൈയിൽ എടുത്തു. അപ്പോളാണ് മറ്റൊന്നു കൂടെ ഞാൻ ശ്രദ്ധിച്ചത്. പൊടിഞ്ഞു പോയ ഗോളങ്ങളുടെ കഷണങ്ങൾക്കിടയിൽ ത്രികോണ ആകൃതിയിലുള്ള നിറവ്യത്യാസമുള്ള ഒരു കഷ്ണം. അത് കൈയിലെടുത്തതും തിളങ്ങാൻ തുടങ്ങി. ഒരു സംഗീതവും ഒപ്പം കണ്മുന്നിലേക്ക് ഒരു പ്രത്യേക രീതിയിലുള്ള വിസിബിൾ ഇല്ല്യൂഷനും തെളിഞ്ഞു വന്നു.

ആദ്യാനുഭവം

ഭൂമിയുടെ ഭ്രമണപഥത്തിൽ ദിശ തെറ്റിയെത്തിയ കറുത്ത, എന്നാൽ പലതരം പ്രകാശങ്ങൾ പുറപ്പെടുവിക്കുന്ന ഒരു ഗോളം, വിസ്മയിപ്പിക്കുന്ന കാഴ്ച്ചകൾ സമ്മാനിച്ച ഭൂമിയെന്ന നീലഗോളത്തിലേക്ക് ചുവടുവെയ്ക്കാൻ വെമ്പി. ആകാശത്തിലെ ചലിക്കുന്ന വിചിത്രവസ്തുവിനെ പ്രാകൃതരായ മനുഷ്യർ കൗതുകത്തോടെ വീക്ഷിച്ചു. ചിലർ വലിയ ശബ്ദങ്ങളുണ്ടാക്കി മാറത്തടിച്ചു കരഞ്ഞു. ചിലർ പച്ചിലക്കൂട്ടങ്ങൾക്കിടയിൽ ഒളിച്ചു. ചിലർ കടലിലേക്ക് എടുത്തു ചാടി. നിമിഷാർത്ഥങ്ങൾ കൊണ്ട് ആ ഗോളം ഒരു തീയുണ്ടയായി ഭൂമിയിലേക്ക് പതിക്കാൻ തയ്യാറെടുത്തു. ഗോളത്തിനകത്ത് ചാര നിറമുള്ള, മനുഷ്യനോട് സാദൃശ്യമുള്ള ജീവികളുണ്ടായിരുന്നു. ഒപ്പം അവരുടെ സഹജീവികളും. ഭൂഗുരുത്വം നൽകിയ തീവ്ര ഹർഷണം കറുത്ത ഗോളത്തെ തീ പിടിപ്പിച്ചു. വേഗത കുറയ്ക്കാൻ കഴിയാതെ അത് ഭൂമിയിൽ പതിച്ചു. അത്യാധുനികമായ ആ ഗോളത്തിന്റെ അവശിഷ്ടങ്ങളിൽ, പ്രാകൃതനും നഗ്നനുമായ മനുഷ്യൻ ഭയത്തോടെ മാത്രം നോക്കി. എന്നാൽ ഗർഭം ധരിച്ച ഒരു സ്ത്രീ സധൈര്യം അകത്തേക്ക് പോയി. കെട്ടടങ്ങിയ തീജ്വാലകളുടെ അവസാദങ്ങൾ അവളുടെ കാലുകളെ പൊള്ളിച്ചിരിക്കണം. തന്നോട് സാദൃശ്യം തോന്നിയ ഒരു രൂപമവളവിടെ കണ്ടു. ആ രൂപവും ഉദരത്തിൽ ഒരു ശിശുവിനെ വഹിച്ചിരുന്നു. പക്ഷെ ആ രൂപത്തിന് അവളുടെ ശരീര ആവരണത്തേക്കാൾ വ്യത്യസ്തമായ ആവരണങ്ങളുണ്ടായിരുന്നു. നഗ്നയായ പെണ്ണിന് വ്യത്യസ്തയായ സഹജീവിയോട് തോന്നിയ ആ വികാരത്തെ

കണ്ണീരുകൊണ്ടല്ലാതെ നേരിടാനാവുമായിരുന്നില്ല. തന്റെ പുരുഷനെ അവൾ പുറത്തേക്ക് ചെന്നു വിളിച്ചു. അവന്റെ സൗഹൃദങ്ങളും അവൾ കാണിച്ച വഴികളിൽ നടന്നു. അതിൽ നിന്ന് ആദ്യം കണ്ട പെണ്ണിനെ അവർ രക്ഷിച്ചു. അവൾ കാണിച്ചുകൊടുത്ത ഗോളത്തിന്റെ ഭാഗങ്ങളിൽ നിന്നും അവർ ശേഷിച്ച ജീവികളെയും മനുഷ്യരെയും കണ്ടെടുത്തു. ജീവനില്ലാത്തവയുടെ അവശിഷ്ടങ്ങൾ കണ്ട് ആദ്യം കണ്ടെത്തിയ പെൺരൂപം അലറിക്കരഞ്ഞു. പുതിയതും വിചിത്രരുമായ മനുഷ്യർക്ക് ഭൂമിയിലെ മനുഷ്യർ അവരുടെ ഗുഹകളിൽ അഭയം നൽകി. നഷ്ടത്തിന്റെ ആലസ്യങ്ങളിൽ നിന്ന് പുറത്തു വന്ന ആദ്യപെൺരൂപം, അവളെ തൊട്ട ഭൂമിയുടെ മകളെ അടുത്ത് ചേർത്ത് നിർത്തി അപൂർണ്ണയായ അവളുടെ കണ്ണുകളെ തൊട്ടു. ശേഷം നടുവിൽ, പിന്നെ നെറ്റിക്ക് താഴെ പിന്നീട് അവളുടെ ഗർഭത്തിലും. വെള്ളനിറമുള്ള സ്വർണ്ണംകൊണ്ടായിരുന്നു ചാരനിറമുള്ള സ്ത്രീയുടെ കൈക്രിയകൾ പലതും.

പുതിയ മനുഷ്യർ പ്രാകൃതനായ മനുഷ്യനെ ആജ്ഞാശക്തികൊണ്ടും ബുദ്ധികൊണ്ടും പലതും പഠിപ്പിച്ചു. രോമനിബിഡമായ ശരീരമുള്ള ഭൂമിയിലെ പെണ്ണ് രോമരഹിതനായ കുഞ്ഞിനെ ഉയർന്നു നിന്ന സ്തൂപസമാനമായ, ഗോളങ്ങളുടെ ഉടയവരായ മനുഷ്യരുടെ നിലയത്തിൽ പ്രസവിച്ചു. അവനിൽ നിന്ന് ചാരനിറമുള്ള സ്ത്രീ തന്റെ പരമാണുവിനെ ചേർത്ത് പലതരം മനുഷ്യർക്ക് പുതുതായി ജന്മം നൽകി. അവൾ സൃഷ്ടാവായി, ഭൂമിയുടെ അമ്മയായി. ഒരുനാൾ അവളിൽ നിന്ന് ജനിച്ച ആദ്യപുത്രന് പല രഹസ്യങ്ങളും ഏൽപ്പിച്ചു നൽകി. അവന്റെ പ്രയത്നഫലമായി ആകാശത്തു നിന്ന് പലതരം നക്ഷത്രങ്ങൾ ഭൂമിയെന്ന നീലഗ്രഹത്തിലേക്ക് ഒരിക്കൽക്കൂടെയെത്തി. അവയിൽ നിന്ന് പുതിയ മനുഷ്യരും.

ഒരു വ്യാഴവട്ടക്കാലത്തിനു ശേഷം അയാൾ അതെല്ലാം കുറിച്ച് വച്ച് തന്റെ മാത്രം മനുഷ്യരോടൊപ്പം അമ്മയുടെ തീരുമാന പ്രകാരം കറുത്തഗോളം വീണ്ടെടുത്ത് തിരിച്ച് ആകാശങ്ങളിലേക്ക് മറഞ്ഞു. അവരിൽ ചിലർ മാത്രം ഭൂമിയുടെ മക്കൾക്കൊപ്പം തുടരാൻ തീരുമാനിച്ചു. 1600 ത്തിൽ പരം വംശങ്ങൾ അവരിൽ നിന്നുടലെടുത്തു. എന്നാൽ ആദിമാതാവ് തന്നു പോയ 3 രഹസ്യങ്ങൾ 3 പുത്ര വംശങ്ങൾക്ക് മാത്രമായി കൊടുത്ത് അവരിൽ ചിലർ ഭൂമിയോട് ചേർന്നു. അവയിന്നും ഒരു കഥപോലെ വിചിത്രമായി അവർക്കിടയിൽ മാത്രം അവശേഷിക്കുന്നു.

പെട്ടന്ന ശബ്ദം നിലച്ചു. മുൻപിലെ യാഥാർത്ഥ്യങ്ങളും നിലച്ചു പോയി. കുറച്ചു നേരം തലച്ചോറിനെന്താണ് സംഭവിച്ചതെന്ന് എനിക്ക് മനസ്സിലായില്ല. അതുപോലെ ഈ പ്രതിഭാസത്തെ പറ്റിയുള്ള രഹസ്യങ്ങൾ ഹാരിസ് വില്ലിനു കൈമാറാൻ ഞാൻ ഒരുക്കമായിരുന്നില്ല. സമയം നോക്കിയപ്പോൾ ആണ് ഞാൻ ശെരിക്കും ഞെട്ടിയത്.

23/12/2016 ലാണ് ഞാൻ ആ ഗോളത്തിന്റെ പ്രതിഭാസത്തിൽ അകപ്പെട്ടത്. ഏകദേശം 48 മണിക്കൂർ കഴിഞ്ഞാണ് യാഥാർത്ഥ്യങ്ങളിലേക്ക് തിരിച്ചെത്തിയത്. ക്രിസ്മസ് രാത്രി കഴിഞ്ഞുപോയിരിക്കുന്നു.

The green ocean 05/01/2017

-5

കഴിഞ്ഞ 3 ദിവസമായി രണ്ടാമത്തെ ഗോളം തുറക്കാൻ ശ്രമിക്കുകയാണ്. പക്ഷെ ഒട്ടും പ്രതീക്ഷിക്കാതെ മൂന്നാമത്തെ ഗോളം എന്റെ മുന്നിൽ വീണുടഞ്ഞു. ഈ പ്രാവിശ്യം രക്തം പോലെ ചുവന്ന നിറമുള്ള ദ്രാവകമാണ് ഒഴുകി പടർന്നത്. അതും ഒരു പേപ്പറിന്റെ കനമുള്ളതായി മാറി, അതിനോടൊപ്പം മഞ്ഞ നിറമുള്ള ത്രികോണ ആകൃതിയിലുള്ള ഒരു വസ്തുവുമുണ്ടായിരുന്നു. അത് കൈയിലെടുത്തതും വീണ്ടും മറ്റൊരു ലോകത്തേക്ക് എത്തി. പൂചെണ്ടുകൾ പരസ്പരം കൈമാറുന്ന രണ്ട് രാജ്യങ്ങൾ. അവരുടെ സൗഹൃദം അവർക്കിടയിൽ ഒരു നദി പോലെ വളരുന്നത് ഞാൻ കണ്ടു. പിന്നീട് കേട്ടതൊരു പോർമുഴക്കമാണ്. സൗഹൃദത്തിൽ ആയിരുന്ന രാജ്യങ്ങളെ കുതന്ത്രങ്ങൾ കൊണ്ട് പരസ്പരം പോരടിപ്പിക്കുന്ന കരുത്തരായ മറ്റൊരു ജനത. അവർ ആകാശമനുഷ്യരെന്നു വിളിക്കപ്പെട്ടിരുന്നു. എന്റെ സങ്കൽപ്പങ്ങളിലെ പുരാതന മനുഷ്യരുടെ യുദ്ധങ്ങൾ പോലെ ആയിരുന്നില്ല അത്. മനുഷ്യരോ മൃഗങ്ങളോ എന്ന് തിരിച്ചറിയാത്ത അല്ലെങ്കിൽ വേർതിരിക്കാൻ കഴിയാത്ത മനുഷ്യമൃഗ സങ്കരങ്ങളെ ഞാൻ കണ്ടു. ഭൂമിയുടെ രാജാക്കന്മാർ എന്ന് സ്വയംവിശേഷിപ്പിച്ചിരുന്ന ആകാശമനുഷ്യർ, സാധാരണ മനുഷ്യരോട് യുദ്ധം ചെയ്തിരുന്നത് ഇത്തരം മനുഷ്യമൃഗങ്ങളെ ഉപയോഗിച്ച് ആയിരുന്നു. ആ രാജ്യങ്ങളുടെ സർവ്വ നാശത്തോടെ യുദ്ധം അവസാനിച്ചു. ഈ തവണയും പ്രതിഭാസത്തിന്റെ സമയം 48 മണിക്കൂർ തന്നെയായിരുന്നു. പക്ഷെ എന്റെ തലച്ചോറിനോ ശരീരത്തിനോ മടുപ്പോ മരവിപ്പോ തോന്നിയില്ല.

The green ocean - 12/01/2017

-6

അടുത്ത ഗോളവും സമയം ആയപ്പോൾ തനിയെ തുറന്നു. ഇത്തവണ ദ്രാവകത്തിന്റെ നിറം പർപ്പിൾ ആയിരുന്നു. ആദ്യയുദ്ധത്തിന്റെ ബാക്കിയായിരുന്നു ഇത്. പക്ഷെ ഇവിടെ ചലിക്കുന്ന ചിത്രങ്ങളോ ദൃശ്യങ്ങളോ ആയിരുന്നില്ല. ഒരു ശബ്ദം, കൃത്യമായി പറഞ്ഞാൽ, ഒരു സ്ത്രീ ശബ്ദം എന്നോട് സംസാരിക്കുവാൻ തുടങ്ങി. "യുദ്ധത്തിനു ശേഷം ആകാശമനുഷ്യരെ തോൽപ്പിക്കാൻ മറുപക്ഷം പല പദ്ധതികളും ഒരുക്കി. ഇതിനിടയിൽ ആകാശമനുഷ്യർ പുതിയ പടയാളികളെ സൃഷ്ടിച്ചെടുത്തു. പല മൃഗങ്ങളുടെയും മനുഷ്യരുടെയും സങ്കരങ്ങൾ ആയിരുന്നു ആ പടയാളികൾ. അത്കൂടാതെ ആകാശമനുഷ്യരോടൊപ്പം കിടനിൽക്കുന്ന മായന്മാരുമായി ആകാശമനുഷ്യർ സഖ്യം വച്ചു. മറ്റു രാജ്യങ്ങളെ ഇവർ മനുഷ്യമൃഗങ്ങളായ പോരാളികളെ ഉപയോഗിച്ച് പിടിച്ചെടുക്കാൻ തുടങ്ങി. മനുഷ്യൻ മനുഷ്യനെ തന്നെ മറന്നു. പിടിച്ചെടുത്ത മനുഷ്യരുടെ രാജ്യങ്ങൾ നശിപ്പിക്കുകയും അവരുടെ പെണ്ണുങ്ങളെ ഉപയോഗിച്ച് കൂടുതൽ മനുഷ്യമൃഗങ്ങളെ സൃഷ്ടിക്കുകയും ചെയ്തു. അവരിൽ ഏറ്റവും ആൾബലവും അംഗത്വവുമുള്ള ആകാശമനുഷ്യരുടെ ശക്തനായ രാജാവായിരുന്നു അത്തനാസ്യോ.

അത്തനാസ്യോ

മായൻ രാജാവായിരുന്ന യുക്ലോന്റെ മകളായ പിനോട്ടയുടെയും, ആകാശപക്ഷക്കാരുടെ രാജാവായിരുന്ന ദിമോത്തിന്റെയും മകൻ ആയിരുന്നു അത്തനാസ്യോ. പേരുപോലെ തന്നെ മരണമില്ലാത്തവനാകാനായിരുന്നു അയാളുടെ ആഗ്രഹം. അതിനായി അയാൾ മനുഷ്യനെ ഭക്ഷിച്ചിരുന്നു - പ്രധാനമായും എതിർത്തു നിൽക്കുന്ന രാജ്യങ്ങളിലെ, വംശങ്ങളിലെ 12 വയസ്സിൽ താഴെയുള്ള ബാലന്മാരെ.

മനുഷ്യമൃഗങ്ങളെ ഉപയോഗിച്ച് എതിർത്തു നിൽക്കുന്നവരെ നിഷ്ഠുരണം വധിച്ചു. അവരുടെ സർവ്വസ്സവും അയ്യാൾ തന്റേതാക്കി. പ്രകൃതിക്ക് വിരുദ്ധമായി അയ്യാൾ പ്രവർത്തിച്ചു. അയ്യാൾ ആരെയും സ്നേഹിച്ചിരുന്നില്ല. അയാൾക്ക് ഈ ഭൂമിയെ മുഴുവനായി തന്റേതാക്കണമായിരുന്നു. ഓരോ പെണ്ണിനോടും എണ്ണിതിട്ടപ്പെടുത്താനാവാത്ത മണ്ണിനോടും, അയ്യാൾക്ക് അഭിനിവേശമായിരുന്നു. ആകാശങ്ങളിൽ നിറങ്ങളുടെ അത്ഭുതദൃശ്യങ്ങൾ പ്രത്യക്ഷപെട്ട രാത്രി, അത്തനാസ്യോ, മായാൻ രാജാവും തന്റെ ബന്ധുവുമായ അജ്തുക്കിന്റെ ക്ഷണം സ്വീകരിച്ചു അവരുടെ കോട്ടയിലെത്തി. താൻ കീഴടക്കിയ ഓരോ ദേശത്തെ പറ്റിയും, ഓരോ ജനതയെ പറ്റിയും അയാൾ അജ്തുക്കിനോട് സംസാരിച്ചു. സംഭാഷണങ്ങൾ ഒരുപാട് തലങ്ങളിലേക്കുയർന്നു. അപ്പോളാണ് തെക്കുള്ള വേരുകളെ പറ്റി അജ്തുക്ക് സംസാരിച്ചു തുടങ്ങിയത്. അവരുടെ കൈയിലുള്ള ആദിമ രഹസ്യങ്ങൾ കിട്ടിയാൽ തങ്ങൾ ഇനിയും ബലവാന്മാരാകുമെന്ന് അയാൾ ഓർത്തു. അത്തനാസ്യോ

പോയതിനു ശേഷം അതിനെ പറ്റി അജ്ഉക്ക് വലിയ രീതിയിൽ ചിന്തിച്ചു. സൈന്യത്തിന്റെ താഴേ തട്ടിലുള്ള മിതോവൻ കുടുംബത്തെ, വഴികൾ പറഞ്ഞ് കൊടുത്ത് അയാൾ വളരെ രഹസ്യമായി തെക്കൻ ദേശത്തെ മലനിരകളിലേക്ക് അയച്ചു. അവിടെ എത്തിയതിന് ശേഷം മെയൊക്കിന്റെ ഉുവലുകൾ, ആളുകളുടെ എണ്ണമനുസരിച്ച് ദൂതയക്കണ മെന്നും കല്പിച്ചിരുന്നു.

വലിയ ചാരന്മാരെ അയാൾ തന്ത്രപൂർവ്വമാണ് ഉപയോഗിക്കാതി രുന്നത്, കാരണം തെക്ക് ദേശക്കാരായ ഗഡിധക്കുകളുടെ ചാരന്മാർ മായന്മാർക്കിടയിലും വസിക്കുന്നുണ്ടെന്ന്, കേൾവിയുണ്ട്. മിതോവന്റെ കുടുംബം പോയി എഴു വർഷങ്ങൾക്ക് ശേഷം അജ്ഉക്കിന് മെയൊ ക്കിന്റെ ഒരു ഉുവൽ മാത്രം ലഭിച്ചു. പോയത് എട്ട് പേര് അടങ്ങുന്ന കുടുംബമായിരുന്നു. ശേഷിച്ചത് ഒരാൾ മാത്രം.

മൂന്ന് ആത്മാക്കളുടെ കഥ

മെക്സിക്കൻ തീരങ്ങളിൽ തുടങ്ങിയ ആകാശാധിപരുടെ പടയോട്ടം, ഇവിടെയെത്തുമെന്ന കിന്നാരുകൾക്കും ഗസ്റ്റി കൾക്കും മായൻമാരിലെ തന്നെ അവരുടെ ചാരന്മാർ വിവരങ്ങൾ അറിയിച്ചിരുന്നു. പ്രത്യാക്രമണങ്ങളെ ചെറുക്കാൻ പ്രാപ്തിയുള്ള ഒരു സൈന്യത്തെ അവരും രൂപീകരിച്ചു.

പ്രകൃതിയോട് അവർ ചേർന്നു നിന്നു. അമ്മ ഭൂമിയാണെന്ന സങ്കൽപ്പം അവരുടെ ആത്മാവിൽ അടിയുറച്ചു പോയ വിശ്വാസമാണ്. അവരുടെ സൂര്യവർഷപ്രകാരം 41 നക്ഷത്രങ്ങൾ ഒന്നിച്ചു പ്രത്യക്ഷപെട്ട ഒരു രാത്രിയിൽ മൂന്ന് പെൺകുഞ്ഞുങ്ങൾ ഒരുമിച്ചു കിയാലയുടെ മടിത്ത ട്ടിൽ അർദ്ധ രാത്രിയിൽ ജനിച്ചു.

മേടക്കുറിൽ, ജനനവും മരണവും സംഭവിക്കാൻ വളരെ സാധ്യത കുറവായ അർദ്ധരാത്രിയിൽ, ജനിച്ച അവരുടെ ഭാവി നിഗൂഢമായി അവശേഷിച്ചു. അവരെ അവർ.... .

വിഡിൻ തെയോമ, വിടോക്ക് പിനോൻ, വിധൂക്ക് മായ എന്നീ പേരുകൾ ചൊല്ലി വിളിച്ചു.

കിന്നാരുവിന്റെയും ഗഡിധക്കുകളുടെയും പൊതുപോരാളികളുടെ ഒപ്പം പല ആയോധന കലകളും അഭ്യസിച്ച് അവർ വളർന്നു. വിഡിൻ തെയോമ എല്ലാ കഴിവുകളും ജന്മം കൊണ്ട് വിളക്കി ചേർക്കപ്പെട്ട പെൺകുട്ടിയായിരുന്നു. വിടോക്ക് പിനോനു പ്രിയം പാട്ടുകളോടും

നക്ഷത്രങ്ങളോടുമായിരുന്നു. വിധൂക്കിന് മനുഷ്യരുടെ മനസ്സുകളോടും കഠാരകളോടുമായിരുന്നു താല്പര്യം.

13 വയസ്സ് പ്രായമായപ്പോൾ അവരെ സൈന്യത്തിലെ പെൺപടയാളികളായി വാഴിച്ചു. ചാരന്മാർ കൊണ്ട് വരുന്ന വിവരങ്ങൾ കിന്നാരുക്കളുടെയും ഗഡികളുടെയും ഗുരുശ്രേഷ്ഠനും പിതൃതുല്യനുമായ തയൊരി മിഹാൻ ഈ മൂന്നു പെൺകുട്ടികളുമായാണ് പങ്കു വെച്ചിരുന്നത്. അവരുടെ അഭിപ്രായങ്ങൾ അദ്ദേഹവും സമൂഹവും വളരെയധികം മാനിച്ചിരുന്നു. അവരുടെ നിർദേശ പ്രകാരം യുദ്ധതന്ത്രങ്ങളെക്കാൾ പ്രതിരോധമാണ് വേണ്ടതെന്ന് അവർ തിരിച്ചറിഞ്ഞു. അത്തനാസ്യോയുടെ കിങ്കരൻമാർ തെക്കൻ പ്രദേശങ്ങളിലേക്ക്, തങ്ങളുടെ ദേശത്തിലേക്ക് എത്തുമെന്ന് അവർ കണക്ക് കൂട്ടിയിരുന്നു. എങ്കിലും മായന്മാരായ സഹോദരന്മാരിൽ തയൊരി മിഹാൻ പ്രതീക്ഷ വച്ചു പുലർത്തി. ഒരു നാൾ ആ മൂന്ന് പെൺകുട്ടികളും തയൊരി മിഹാനോട് ഒരു ചോദ്യം ഉന്നയിച്ചു. ആദ്യരഹസ്യങ്ങളുടെ താക്കോൽ. പൈതൃകമായി ഗുരുക്കന്മാർ സംരക്ഷിച്ചു പോകുന്ന രഹസ്യങ്ങളുടെ താക്കോൽ ആണ് അവർ ചോദിച്ചത്. അയാൾ ആ ചോദ്യത്തിനു മുന്നിൽ അൽപ്പം പകച്ചുപോയെങ്കിലും താക്കോൽ നൽകാമെന്ന് ഉറപ്പ് നൽകി.

അധികം താമസിയാതെ അവർക്ക് തയൊരി മിഹാൻ രഹസ്യങ്ങളുടെ താക്കോൽ കൊടുത്തു. കാടിന്റെ ഉൾഭാഗത്ത് അതീവ രഹസ്യമായി സൂക്ഷിച്ചിരുന്ന ഒരു ഗുഹയായിരുന്നു അതിലേക്കുള്ള ആദ്യ വഴി. ആ വഴികളിലൂടെ സഞ്ചരിച്ച പെൺകുട്ടികൾ പലതും കണ്ടെത്തി. പലരഹസ്യങ്ങളും മനസ്സിലാക്കി. പലതുമവർ പഠിച്ചു. നിശ്ചിത ദിവസങ്ങൾക്ക് ശേഷം അവർ തിരികെയെത്തി, തയൊരി മിഹാന്റെ കൈയിൽ താക്കോൽ നൽകി.

എട്ട് ആയുധങ്ങൾ

തയൊരിമിഹാന്റെ ചാരന്മാർ അത്തനാസ്യോയുടെയും കൂട്ടാളികളുടെയും നീക്കങ്ങൾ അറിയിച്ചുകൊണ്ടിരുന്നു. അത്തനാസ്യോയുടെ സൈന്യത്തെ ചെറുക്കാൻ മൂന്ന് പെൺകുട്ടികളും പലവഴികളും ആലോചിച്ചു. വിഡിന്റെ നിർദേശം കാടുകളിലേക്ക് മാറി താമസിക്കുക എന്നതായിരുന്നു.

“മരുഭൂമികൾക്ക് അപ്പുറമുള്ള കൊടും കാടുകൾ ആണെങ്കിൽ അത്രയും നല്ലത്”

മൂന്ന് തരം പടയാളികളെ കൂടാതെ മാട്ടാന്മാർ എന്ന പെൺ ഒളിപ്പോരാളികളെയും അവർ ഇതിനകം ഒരുക്കിയിരുന്നു.

“കാടുകളിലേക്ക് പോകുന്നത് ഘട്ടം ഘട്ടമായിരിക്കണം.

ആദ്യം കുട്ടികൾ, പിന്നെ ശക്തരായ പടയാളികൾ, പിന്നീട് ദേശവാസികൾ, പിന്നെ മാട്ടാന്മാർ. ” തയൊരി മിഹാൻ ഒരു സംശയം ഉന്നയിച്ചു.

“കാടുകളിൽ താമസിക്കുന്ന നമ്മൾ ഇനിയും കാടുകളിലേക്കോ?” ഉത്തരം പറഞ്ഞത് വിധൂക്ക് ആണ്.

“നമ്മൾ പോകുന്നത് വെറുമൊരു കാട്ടിലേക്ക് അല്ല. തെക്കോട്ടു നീണ്ടു കിടക്കുന്ന പർവതനിരകളിലെ മഴക്കാടുകളിലേക്ക് ആണ്. ശക്തമായ പാറക്കെട്ടുകൾക്ക് മുകളിൽ വൻവൃക്ഷങ്ങൾ. രണ്ട് കനം മണ്ണിനു താഴെ പാറയാണ്.

ഇതുവരെ കഴിഞ്ഞതുപോലെ മണ്ണിലോ, പറഞ്ഞു കേട്ട കഥകൾ പോലെ വൃക്ഷങ്ങളിലോ അല്ല, മണ്ണിനു താഴെ കരിംകല്ലുകൾക്കടിയിലാണ്. അതിനുള്ള പ്രവർത്തനങ്ങൾ ഉടനെ തന്നെ തുടങ്ങണം. രഹസ്യങ്ങളുടെ രഹസ്യങ്ങൾ സമവാഗ്യങ്ങൾ ആണ്. "

തയൊരി മിഹാന് അത്ര വ്യക്തമായില്ലെങ്കിലും മറ്റു രണ്ട് പെൺകുട്ടികൾക്കും കാര്യം മനസ്സിലായി. അടുത്ത ഊഴം വിടോക്കിന്റെയായിരുന്നു. വിധൂക്ക് പറഞ്ഞതിന്റെ തുടർച്ചയാണ് വിടോക്ക് പറഞ്ഞത്.

"മായിക എന്ന അത്ഭുത ലോകം. കരിമ്പാറകൾ പോലും രാസസമവാക്യങ്ങളുടെയും തരംഗങ്ങളുടെയും നിയന്ത്രണത്തിൽ ക്രമീകരിക്കപ്പെട്ടും. ഭൂമിയെ പോലെ, ഭൂമിയുടെ വേഗതയിൽ ഓരോ നിമിഷവും നമ്മുടെ ലോകം തിരിഞ്ഞുകൊണ്ടിരിക്കും. നമ്മൾ വിചാരിക്കുമ്പോൾ യഥാർത്ഥ ഭൂമിയിലേക്ക് വരികയും ചെയ്യാം. ഭൂമിക്കടിയലെ മറ്റൊരു ലോകം - നമ്മുടെ മായിക. "

തയൊരി മിഹാനു വാക്കുകൾ കിട്ടുന്നുണ്ടായിരുന്നില്ല. സന്തോഷം കൊണ്ട് അവളെ അദ്ദേഹം ചേർത്ത് പിടിച്ചു. അടുത്ത ഊഴം വിധൂക്കിന്റെ ആയിരുന്നു. അവൾ അയാൾക്ക് എട്ട് തരത്തിലുള്ള ആയുധങ്ങൾ നൽകുകയുണ്ടായി.

അവളുടെ ഇഷ്ട ആയുധമായ കഠാര മുതൽ ഗന്ധകത്തിന്റെയും ഇന്തുപ്പിന്റെയും സഹായത്തോടെ പ്രവർത്തിക്കുന്ന സ്ഫോടക വസ്തുക്കൾ വരെ ഉണ്ടായിരുന്നു. അവ ഉപയോഗിച്ച് പ്രവർത്തിക്കുന്ന, ഇരുമ്പും മരവുമുപയോഗിച്ച് നിർമ്മിച്ച ആ ഉപകരണത്തെ അവർ ത്രെടോക്ക് എന്ന് വിളിച്ചു.

ഒറ്റ ഞൊടി കൊണ്ട് ആയിരങ്ങളെ അവക്ക് കൊല്ലാൻ കഴിയും. എട്ടാമത്തെ ആയുധമായി അവൾ വിശേഷിപ്പിച്ചത് ചില്ലുകുപ്പിയിൽ അടച്ച വിരകളെ ആയിരുന്നു.

ആകാശരാജാക്കന്മാർ എന്ന് സ്വയം വിശേഷിപ്പിക്കുന്നവരുടെ കൈയിൽ ഇത്തരമൊന്നില്ലെന്ന് തീർച്ചയായിരുന്നു അവൾക്ക്. അവയിൽ ത്രെടൊക്കിന്റെ ഉപയോഗം മാത്രം പോരാളികളെ പഠിപ്പിച്ചു. മറ്റുള്ളവ അതീവ രഹസ്യമായി തന്നെ മാട്ടാന്മാർ സൂക്ഷിച്ചു.

***

ശബ്ദം അവസാനിച്ചു. മൊബൈൽ എടുത്തു ദിവസം നോക്കിയപ്പോൾ വീണ്ടും 48 മണിക്കൂർ കഴിഞ്ഞിരിക്കുന്നു. ഇതിനിടയിൽ പലതവണ ഹാരിസ് വില്ലിൻ വിളിച്ചിരുന്നു. എനിക്ക് എടുക്കാൻ കഴിഞ്ഞില്ല.

വിളിച്ചിട്ട് എടുക്കാത്തതിൽ പ്രതിഷേധിച്ച് അയാൾ ഒരു മെയിൽ കൂടെ അയച്ചിരുന്നു എന്നെ കാണാൻ വരുന്നുണ്ടെന്ന്. ഡാഡയും വിളിച്ചിരുന്നു. നിനക്കും ഞാൻ ഇല്ലാത്തതിൽ വിഷമം ഉണ്ടെന്ന് അറിയാം. കൂടിയ വേഗം ഇതിന്റെ ചുരുളുകൾ അഴിക്കാൻ കഴിയുമെന്ന് വിശ്വസിക്കുന്നു. വായിച്ചുകഴിഞ്ഞപ്പോൾ മറ്റൊരു ലോകത്ത് എത്തിയ പോലെ തോന്നി. റിസർച്ച് പേപ്പറുകൾ ആണെന്ന ധാരണയിൽ ഈ മെയിലുകൾ തുറന്നു നോക്കാത്തത് എത്ര വലിയ മണ്ടത്തരം ആണെന്ന് ഇപ്പോളാണ് മനസ്സിലാകുന്നത്.

പിന്നീട് മെയിലുകൾ ഒന്നും ഉണ്ടായിരുന്നില്ല. പിറ്റേന്നാണ് ഹാരിസ് വില്ലിൻ അവളെ കാണാൻ പോയതും, ആ വാർത്ത ഞാനും അവളുടെ ഡാഡയും അറിയുന്നതും. തുടങ്ങേണ്ടത് ഇവിടെ നിന്നാണെന്ന് അയാൾക്ക് തോന്നി.

ഗൂഢലക്ഷ്യങ്ങൾ

അതൊരു സാറ്റ്ലൈറ്റ് ഫോൺ ആണെന്ന് അവർക്ക് പിന്നീടാണ് മനസ്സിലായത്. മൂന്ന് പേരും ആദ്യമൊക്കെ വളരെയധികം മാനസികമായ പിരിമുറുക്കത്തിൽ ആയിരുന്നെങ്കിലും പതിയെ യാഥാർത്ഥ്യങ്ങളോട് പൊരുത്തപ്പെട്ടു. പെൺകുട്ടി വയനാട് - കർണ്ണാടക ബോർഡറിലെ ഒരു ഗ്രാമത്തിൽ ആണ് ജനിച്ചു വളർന്നത്.

പേര് ലിമിയ. എല്ലാ പ്രതീക്ഷകളോടെയും മാതാപിതാക്കൾ എറണാകുളത്തെ ഒരു പ്രമുഖ കോളേജിൽ പഠിക്കാൻ അയച്ചതാണ്. ആദ്യത്തെ പഠനത്തിന്റെ തീയൊക്കെ കെടിഎം ബൈക്ക് ഓടിച്ചോണ്ട് സൈറ്റ് അടിച്ചു കാണിച്ച ചെക്കന്റെ കൂടെ പോയി. അവസാനം പലർക്കും കൈമാറി അവനെത്തിച്ചതാണ് ലിമിയയെ, ഇമ്പുടോസിയാൻസിന്റെ നിശാപാർട്ടിയിലേക്ക്. ക്ലയന്റ് ഒരു മാന്യനാണെന്നു തോന്നിയപ്പോൾ കരഞ്ഞു കാലുപിടിച്ചു. അപ്പോൾ അയാൾ തന്ന ടാസ്ക് ആയിരുന്നു പ്രേതവേട്ട.

പിന്നീട് മൂന്നാമനായ ചെറുപ്പക്കാരൻ തന്റെ കഥ പറയാൻ തുടങ്ങി. കൊച്ചി നഗരത്തിലെ അറിയപ്പെടുന്ന ഒരു ഗുണ്ടയുടെ വലം കൈയായിരുന്നു അയാൾ. ബി. ടെക് ബിരുദധാരിയായ അയാൾ തൊഴിലില്ലായ്മയും, എടുത്താൽ പൊങ്ങാത്ത പ്രാരാബ്ധവും കൊണ്ടാണ് ഈ തൊഴിലിലേക്ക് ഇറങ്ങിയത്. പഠിച്ചിരുന്ന കാലത്ത് വിദ്യാർത്ഥി രാഷ്ട്രീയത്തിൽ സജീവമായിരുന്ന അയാൾക്ക് കൊല്ലും കൊലയും ഒന്നും പുതുമ ഉള്ളതായിരുന്നില്ല. അത് കൊണ്ട് തന്നെ ഗുണ്ടാപ്രവർത്തനം

അയാൾക്ക് തെറ്റായി തോന്നിയതുമില്ല. കൂടുതൽ പണം ഇമ്പുടോ സിയാൻസ് ഓഫർ ചെയ്യുന്നത് കൊണ്ടാണ് ഈ പ്രേതവേട്ടക്ക് അയാൾ എത്തിയത്. സാറ്റ്ലൈറ്റ് ഫോണിൽ അടുത്ത മെസ്സേജ് വന്നു. അടുത്ത സ്റ്റേഷനിൽ നിന്നു കുറച്ചു സാധനങ്ങൾ കളെക്റ്റ് ചെയ്യാൻ ആയിരുന്നു അവർക്കുള്ള നിർദ്ദേശം.

***

അടുത്ത സ്റ്റേഷനിൽ നിന്നും കുറച്ച് കാർബോഡ് ബോക്സുകൾ ഞങ്ങളുടെ കമ്പാർട്ട്മെന്റിലേക്ക് എത്തി. അതിൽ കുറച്ച് ഉപകരണങ്ങൾ ആണ് ഉണ്ടായിരുന്നത്. അത് പ്രവർത്തിപ്പിക്കേണ്ട വിധങ്ങളും അവർ വിശദമായി എഴുതിയിരുന്നു. കൂടുതൽ പരിശോധനയിൽ അവ ചില തരംഗങ്ങളെ കോഡ് ചെയ്യുന്ന ഉപകരണങ്ങൾ ആണെന്ന് മനസ്സിലായി. പിന്നീട് കിട്ടിയ നിർദേശം, ഹസറാത്ത് സ്റ്റേഷനിൽ ഇറങ്ങിയതിനു ശേഷം ബസ് കയറി ഷിംലയിലെത്തി, അവിടെ നിന്ന് ഏകദേശം ഒരു കിലോമീറ്റർ അകലെയുള്ള ഒരു കാട്ടിലേക്ക് പോകാനാണ്.

ഏകദേശം 9 മണിയോടെ ഞങ്ങൾ ഷിംലയിലെത്തി. ലിമിയ ചെറുതായി തളർന്ന മട്ടാണ്. മറ്റേയാൾക്ക് പ്രത്യേകിച്ച കുലുക്കമൊന്നുമുണ്ടായിരുന്നില്ല. അവിടുത്തെ ഒരു ചെറിയ ഹോട്ടലിൽ കയറി ഞങ്ങൾ ഭക്ഷണം കഴിച്ചു. ഒരു മെസ്സേജ് കൂടെ ഞങ്ങൾക്ക് ലഭിച്ചു. അവിടെ എത്തിയ ശേഷം ആദ്യം നൽകിയ മാപ് ഉപയോഗിച്ചു മുൻപോട്ട് നീങ്ങാനാണ് നിർദേശം. മാപ് അനുസരിച്ച് കുറച്ച് ഊടുവഴികളിലൂടെ ഞങ്ങൾ മുന്നോട്ട് നീങ്ങി. കുറച്ച് ദൂരം കഴിഞ്ഞപ്പോൾ, പൈൻ മരങ്ങളും, ദേവദാരുവും,ഓാക്ക് വൃക്ഷങ്ങളും ഉരുളൻ കല്ലുകളും മാത്രമുള്ള വനപ്രദേശത്ത് എത്തി. പിന്നീട് പോകാനുള്ള ദിശ ഞങ്ങൾക്ക് മനസിലായില്ല. അപ്പോളാണ് ലിമിയ അവൾക്ക് കിട്ടിയ ബോക്സിൽ ഉണ്ടായിരുന്ന വടക്ക് നോക്കി യന്ത്രത്തെ പറ്റി പറഞ്ഞത്.

പിന്നീട് ഞങ്ങൾ അത് ഉപയോഗിച്ച് യാത്ര തുടന്നു. ഏകദേശം 13 കിലോമീറ്റർ വനത്തിലൂടെ ഞങ്ങൾ നടന്നു. ഇമ്പുടോ സിയാൻസിൽ നിന്ന് അടുത്ത നിർദേശം എത്തി. ഇനി മുൻപോട്ട് പോകണ്ട എന്നതായിരുന്നു. ഞങ്ങൾ അവിടെ ടെന്റ് സെറ്റ്അപ്പ് ചെയ്തു. മറ്റൊരു നിർദ്ദേശം കൂടെ കിട്ടി. അത് ഈ രാത്രി ഉറങ്ങരുത് എന്നായിരുന്നു.

അവസാനത്തെ ഫലകം

ഏറ്റവും അവസാനത്തെ ഫലകത്തിനു എട്ട് ഭാഗങ്ങൾ ഉണ്ടായിരുന്നു. അത് വായിക്കാൻ വളരെ ഏറെ ബുദ്ധിമുട്ടായി തോന്നി. അപ്പോളാണ് പ്രാച്ചി അവൾ ഉണ്ടാക്കിയ ഒരു ഭക്ഷണ പദാർഥവുമായി എന്റെ അടുത്തേക്ക് വന്നത്. എന്റെ ബുദ്ധിമുട്ട് കണ്ടിട്ടാവണം അവൾ അതെടുത്ത് നോക്കി... ഒരു കഥ പറയാനെന്നവണ്ണം എന്റെ കണ്ണുകളിലേക്ക് നോക്കി.

“കിഴക്ക് പടിഞ്ഞാറ് നിന്ന്, ആകാശ രാജാവെന്ന് സ്വയം വിശേഷിപ്പിക്കുന്ന അത്തനാസ്യോയുടെ സൈന്യം മായൻപടയുടെ സഹായത്തോടെയാണ് ഇങ്ങോട്ട് വന്നത്.

അന്നത്തെ ഗുരുവായിരുന്ന തയൊരി മിഹാന്റെ കാലത്താണ് മൂന്ന് പെൺപോരാളികളുടെ നേതൃത്വത്തിൽ അവരെ നേരിടാൻ മാട്ടാന്മാരെന്ന ഒരു പടയാളി സംഘത്തെ രൂപീകരിച്ചത്. അവർക്ക് മാത്രം പ്രയോഗിക്കാൻ അറിയാവുന്ന കുറച്ചു ആയുധങ്ങളുമുണ്ടായിരുന്നു. അത്തനാസ്യോയുടെ സൈന്യത്തെ പ്രതിരോധിക്കാൻ വർഷങ്ങൾക്ക് മുൻപേ അവർ ഒരുക്കങ്ങൾ തുടങ്ങിയിരുന്നു. തുറന്ന പ്രദേശത്തു ജീവിച്ചിരുന്നവർ കാടുകളുടെ അകത്തളങ്ങളിലേക്ക് പോയി. മരങ്ങൾക്ക് മുകളിൽ അവർ കാവൽ നിലയങ്ങൾ ഉണ്ടാക്കി. മണ്ണിനടിയിൽ, കനത്ത പാറകൾക്കടിയിൽ അവർ മറ്റൊരു ലോകം തീർത്തു... ആ ലോകത്തെ അവർ മായിക എന്നു വിളിച്ചു. ആയിരം വർഷങ്ങൾക്കിപ്പുറം ജീവിക്കാൻ, സമുദ്രവും ഭൂകമ്പവും പ്രതിരോധിക്കാൻ തക്കവണ്ണം അവർ അവിടെ ഒരു നഗരമുണ്ടാക്കി. പണ്ടെപ്പോഴോ ഭൂമിയിൽ നിന്നു അപ്രത്യക്ഷമായി എന്ന്

പറയപ്പെടുന്ന സരസ്വതി പോലെയുള്ള ജലസ്രോതസ്സുകൾ അവരാണ് കൊണ്ട് പോയത്. അങ്ങനെ പലതും. "

പ്രാച്ചിയുടെ കണ്ണുകളിൽ ഒരു കനലെരിയുന്നത് ഞാൻ കണ്ടു, അവൾ തുടർന്നു. "ഒരുക്കങ്ങളുടെ രണ്ടാം വർഷം വിധുക്ക് മായ എന്ന പ്രധാന മാട്ടാൻ തയൊരി മിഹാന്റെ പുത്രനും ഗഡിധക്കുകളുടെ സൈന്യാധിപനുമായ മെദോവിനെ കല്യാണം കഴിച്ചു. അടുത്ത വർഷം അവർക്ക് ഒരു പെൺ കുഞ്ഞ് ജനിച്ചു.

കുലം മുടിപ്പിക്കാൻ ജനിച്ചവൾ എന്ന് അന്നേ പലരും പറഞ്ഞിരുന്നു. പക്ഷെ അവൾ ജനിച്ചപ്പോൾ കിന്നാരുക്കളും ഗഡികളും ഒന്നു പോലെ സന്തോഷിച്ചു. അടുത്തപ്രധാനമാട്ടാന്മാരിൽ ഒരാൾ ആ പെൺകുഞ്ഞാണ്. മായികയുടെ ഒരുക്കങ്ങൾ അപ്പോൾ പകുതിയിലെത്തിയിരുന്നു. അത്തനാസ്യോ അപ്പോൾ വിശ്രമത്തിലായിരുന്നു.

പക്ഷെ ഏഴ് വർഷങ്ങൾ കഴിഞ്ഞപ്പോൾ അതിഭീകരമായൊരു വരൾച്ച ഭൂമിയെ പിടികൂടി. ആ വരൾച്ച അവരെ ബാധിച്ചില്ല. ഭൂമിക്കടിയിൽ മാട്ടാൻമാർ വഴി തിരിച്ചു വിട്ട ജലസ്രോതസ്സുകൾ ഒരിക്കലും വറ്റാത്തവയായിരുന്നു. പക്ഷെ ആ വരൾച്ച അത്തനാസ്യോയുടെ രാജ്യത്തെ കഠിനമായി ബാധിച്ചു, ഒപ്പം മായന്മാരെയും. ആ സമയത്താണ് അജ്‌തുക്കിന് മയൊക്കിന്റ തുവൽ കിട്ടുന്നത്. ഭക്ഷണത്തിനു ക്ഷാമം അനുഭവപെട്ടപ്പോൾ അടിമകളെ ദൈവങ്ങൾക്ക് ബലികൊടുത്ത് അവർ ഭക്ഷിക്കാൻ തുടങ്ങി. അടിമകൾ കഴിഞ്ഞപ്പോൾ അവർ വികസിപ്പിച്ചെടുത്ത മനുഷ്യമൃഗങ്ങളെയും അവർ കൊന്നു ഭക്ഷിച്ചു. മനുഷ്യമാംസത്തിനോടും മണ്ണിനോടുമുള്ള ആർത്തി. അയാൾ വീണ്ടും യുദ്ധകാഹളം മുഴക്കി.

വർഷങ്ങളോളം യുദ്ധം ചെയ്ത് മനുഷ്യരെ കൊന്ന് അയാൾ ഒരു രക്തദാഹിയായി മാറിയിരുന്നു. പല മനുഷ്യരെയും ദേശങ്ങളെയും ഇല്ലായ്മ ചെയ്ത് കടലുകൾ താണ്ടി സൂര്യോദയങ്ങളുടെ നാട്ടിലെത്താൻ ഏകദേശം വീണ്ടും ഏഴ് വർഷങ്ങളാണ് അത്തനാസ്യോയിക്കും സൈന്യത്തിനും വേണ്ടി വന്നത്. കിഴക്കൻ ദേശത്തെ പ്രബലരായിരുന്ന മിങ്ങുവന്മാരുടെയും മറ്റു ചെറിയ ജനതകളുടെയുമൊക്കെ അവസാനം അവരുടെ കൈകൾ കൊണ്ടായിരുന്നു.

രക്ഷപ്പെട്ടവരിൽ ചുരുക്കം ചില ആളുകൾ കാടുകളിലേക്ക് ഓടിഒളിച്ചു. വളരെ താമസിയാതെ അവർ കിന്നാരുക്കളെയും ഗഡികളെയും തേടി എത്തി. അതിനു പിന്നിൽ പ്രവർത്തിച്ചത് മായൻമാരുടെ കറുത്ത കരങ്ങൾ ആയിരുന്നു. "

ആദ്യ വിളി

ആദ്യവിളിയുടെ ദൂതുമായി എത്തിയത് മായൻമാരുടെ രാജാവായ അജ്തുക്കിന്റെ മകനായിരുന്ന ചാൻ ഒട്ട് ആയിരുന്നു. തയൊരി മിഹാന്റെ ഒരു ദൂതൻ അയാളുടെ സന്ദേശം ഏറ്റു വാങ്ങി. ചാൻ ഒട്ടിന്റെ തിരിച്ചു വരവ് കാത്തിരുന്ന അജ്തുക്കും അത്തനാസ്യോയും നിരാശരായി. എങ്കിലും അവർ ക്ഷമയോടെ കാത്തിരുന്നു. ആ കാത്തിരുപ്പിന് പിന്നിൽ അജ്തുക്കിന്റെയും മായന്മാരുടെയും നിഗൂഢ ലക്ഷ്യങ്ങളായിരുന്നു. ബലവാനായ അത്തനാസ്യോയെ തന്ത്രപൂർവ്വം കൂടെനിർത്തിയെന്ന് മാത്രം. ചാൻ ഒട്ട് ആറ് ദിവസങ്ങൾ കഴിഞ്ഞിട്ടും തിരിച്ചെത്തിയില്ല. അവർ പിന്നെയും ഒരു കൂട്ടം ദൂതന്മാരെ കൂടി അയച്ചു.

അവരും തിരിച്ചെത്തിയില്ല. അധികം ക്ഷമിക്കാൻ അയാൾ തയ്യാറായിരുന്നില്ല. കിന്നാരുക്കളുടെയും ഗഡികളുടെയും ദേശത്തിലേക്ക് ആർത്തിരമ്പി അത്തനാസ്യോയുടെ സൈന്യം എത്തിയെങ്കിലും, അവിടെ ആരെയും കാണാൻ സാധിച്ചില്ല. കുടിലുകളും, സാധനങ്ങളും,എന്തിന് ഇലകൾ പോലും ഭംഗിയായി ക്രമീകരിച്ചിരുന്നു. പക്ഷെ അവർ അപ്രത്യക്ഷരായിരിക്കുന്നു. വിട്ടു കൊടുക്കാൻ അത്തനാസ്യോയും അജ്തുക്കും ഒരുക്കമല്ലായിരുന്നു,അവർ കാത്തിരുന്നു. ദിവസങ്ങൾ കഴിയവേ ഒരു യുവാവ് ആ കുടിലുകൾക്കിടയിലൂടെ നടന്നു.

അയാളെ സൈന്യം പിടിച്ചു അത്തനാസ്യോയുടെയും അജ്തുക്കിന്റെയും മുൻപിൽ കൊണ്ട് നിർത്തി. ആരാണെന്ന ചോദ്യത്തിനു പകരമായി നീല നിറമുള്ള മെയൊക്കിന്റെ ത്തൂവൽ അജ്തുക്കിന്റെ

മുൻപിലേക്കെറിഞ്ഞു. അയാൾ സന്തോഷത്തിന്റെ ആർപ്പുവിളി മുഴക്കി. ആ യുവാവിനെ അകത്തേക്ക് കൊണ്ട് പോയി. ആ യുവാവിന്റെ പേര് വിദ്ധായുവെന്നായിരുന്നു. വർഷങ്ങൾക്ക് മുൻപേ കിഴക്ക് നിന്ന് രഹസ്യങ്ങൾ അറിയാൻ പറഞ്ഞയച്ച മിതോവന്റെ കുടുംബത്തിലെ അവസാന ബാലനായിരുന്നു അയാൾ.

ഒരു ചതിയുടെ രഹസ്യം

തെരു ഹിമാനിക്ക് ഏകദേശം 12 വയസ്സ് ഉള്ളപ്പോഴാണ് അവൾ വിദ്ധായുവിനെ ആദ്യമായി കാണുന്നത്. തന്റെ അമ്മയും പ്രധാന മാട്ടാനുമായ വിധൂക്ക് മായയെ തേടിയാണ് അയാൾ എത്തിയത്. അയാളുടെ കണ്ണുകളിലെ നേർത്ത നീല നിറം അവളെ വല്ലാതെ ആകർഷിച്ചു. ഇത്തരം കണ്ണുള്ള മറ്റൊരു യുവാവിനെ അവൾ നേരത്തെ കണ്ടിട്ടില്ലായിരുന്നു. അവൾ വിധൂക്കിനെ വിവരം അറിയിച്ചു. വിധൂക്ക് മായ അയാളെ തന്റെ സദസ്സിലേക്ക് വിളിപ്പിച്ചു. വിധൂക്ക് മായയുടെ ദൂതന്റെ ഒപ്പം അയാൾ സദസ്സിലേക്ക് പോയി.

പക്ഷെ അയാളുടെ കണ്ണുകൾക്ക് അന്നേരം നേർത്ത തവിട്ട് നിറമായിരുന്നു. അയാൾ വിധൂക്ക് മായയുടെ കഠാരകളെക്കുറിച്ചും, അവ ഉപയോഗിച്ചുള്ള അഭ്യാസങ്ങൾ പഠിക്കാനുമായിരുന്നു എത്തിയത്. അർദ്ധമനസ്സോടെയാണെങ്കിലും വിധൂക്ക് സമ്മതം മൂളി. പണ്ടെപ്പോഴോ കിഴക്കുനിന്ന് കിന്നാരുക്കൾക്കിടയിലേക്ക് എത്തിപ്പെട്ട ആ ബാലനെ അവൾ മറന്നിരുന്നില്ല. രഹസ്യമായി ഒരു പോരാളിയെ അയാളെ നിരീക്ഷിക്കാൻ ഏൽപ്പിക്കുകയും ചെയ്തു. നാളുകൾ കടന്നുപോയി, അയാൾ പലതവണ സദസ്സിലും പുഴയോരത്തുമെത്തുക പതിവായി. അയാളുടെ നീല കണ്ണുകൾ തെരു ഹിമാനിയെ വല്ലാതെ ഭ്രമിപ്പിച്ചിരുന്നു. ബാല്യം വിട്ടൊഴിയാത്ത കൗമാരം കുസൃതികാട്ടി തുടങ്ങി. അവളെ അയാളും ശ്രദ്ധിച്ചുതുടങ്ങി. അതൊരു പ്രണയമാവാൻ അധികം നാൾ വേണ്ടി വന്നില്ല. താമസിയാതെ ഇത് കിന്നാരുക്കളും ഗഡിധക്കുകളും

അറിഞ്ഞു. അത് വലിയൊരു ചർച്ചാവിഷയമായി മാറുകയും ചെയ്തു. മൂന്ന് പ്രധാനമാട്ടാന്മാരുടെയും തയൊരി മിഹാന്റെയും പൊതു സഭയിലേക്ക് ചെല്ലാൻ വിദ്ധായുവിനു കൽപ്പന ലഭിച്ചു. സഭയിലേക്ക് വിദ്ധായു ചെന്നു. അവിടെ പ്രണയത്തിന്റെ ചോദ്യോത്തരങ്ങൾ പ്രതീക്ഷിച്ച് ചെന്ന അയാൾക്ക് തന്റെ ധാരണകൾ തെറ്റി. മൂന്ന് പ്രധാനാമാട്ടാന്മാരും അയാളെ പരീക്ഷിക്കാൻ ആണ് വിളിച്ച് വരുത്തിയത്. അവർ നടത്തിയ എല്ലാം പരീക്ഷണത്തിലും വിദ്ധായു വിജയിച്ചു. പക്ഷെ താൻ യഥാർത്ഥ കിന്നാരുവാണെന്ന അയാളുടെ വാദം പ്രധാന മാട്ടാന്മാർ ചെവികൊണ്ടില്ല. അയാൾക്ക് അഭയം കൊടുത്തിരുന്ന കിന്നാരുവിലെ തിഹാൻ കുടുംബത്തിന്റെ താല്പര്യപ്രകാരം, ഒരു പരീക്ഷണം കൂടെ നടത്താൻ തീരുമാനിച്ചു.

പ്രധാന മാട്ടാന്മാർ തയൊരിമിഹാന്റെ കൈയിൽ നിന്നും രഹസ്യമായി സൂക്ഷിച്ചിരുന്ന സത്യത്തിന്റെ ഗോളങ്ങൾ സഭയിലെത്തിച്ചു. ജനത്തിന്റെ മുൻപാകെ ആ ഗോളങ്ങൾ വിദ്ധായു തുറക്കണമെന്നതായിരുന്നു അവസാന പരീക്ഷണം. നീണ്ട നേരം അയാൾ പരിശ്രമിച്ചെങ്കിലും, സത്യത്തിന്റെ ഗോളങ്ങൾ തുറക്കാൻ അയാൾക്ക് കഴിഞ്ഞില്ല. അത് തുറക്കാൻ ജനിതകപരമായി യഥാർത്ഥ കിന്നാരുവിനോ അല്ലെങ്കിൽ ഗഢിധക്കുകൾക്കൊ മാത്രമേ കഴിയുകയുള്ളൂ. അതിലെ മാന്ത്രിക രസത്തിൽ അവരുടെ ജന്മകണികകളുടെ വലിയൊരു ശ്രേണി അടങ്ങിയിരുന്നു. സത്യത്തിന്റെ ഗോളത്തിലെ രസം ഒരിക്കലും അസത്യമാവില്ല. വിദ്ധായുവിനെ അവർ നിരീക്ഷണത്തിൽ നിർത്തി. പക്ഷെ ഇതിനോടകം അയാൾക്ക് മായികയുടെ പുറത്തേക്ക് പോകാനുള്ള രഹസ്യവഴികൾ അറിയാമായിരുന്നു. അതിന് അയാൾ ഉപയോഗിച്ചത് തെരു ഹിമാനിയേയും. മായികയുടെ രഹസ്യകവാടങ്ങൾ പ്രവർത്തിച്ചിരുന്നത് തരംഗങ്ങളുടെ ക്രമീകരണം വഴിയായിരുന്നു. ഓരോ തരംഗങ്ങളെയും 7 മുതൽ 12 തവണ ആവർത്തിച്ചുവരുന്ന സംഖ്യകളുടെ എണ്ണത്തിൽ,കൃത്യമായി ക്രമീകരിക്കാൻ സാധിച്ചാലേ പുറത്തിറങ്ങാൻ കഴിയൂ. ഓരോ തവണയും സംഖ്യകൾ നിശ്ചിത ശ്രേണിയിൽ മാറുകയും ചെയ്യും. തെരു ഹിമാനിക്ക് അത് നന്നായി ചെയ്യാനറിയാമായിരുന്നു. പക്ഷെ പുറത്തേക്ക് പോകാനുള്ള വഴി മാത്രമേ വിദ്ധായുവിന് പഠിക്കാനായൊള്ളൂ. ഇങ്ങനെ ഓരോ കവാടങ്ങൾക്കും ഓരോ സമവാക്യങ്ങളും സംഖ്യാ ശ്രേണിയുമുണ്ട്.

രണ്ടാം മുഴക്കം

വിദ്ധായുവിന്റെ ബുദ്ധിയിൽ ഏഴാം ദിവസം തെരു ഹിമാനിയെ കൊണ്ട് മായികയുടെ കവാടങ്ങൾ തുറന്നു. ആദ്യ കവാടങ്ങൾ തകർത്ത് അത്തനാസ്യോയുടെയും അജ്തുക്കിന്റെയും പടയാളികൾ അകത്ത് കയറി. അവർ അകത്ത് കയറിയത് മാട്ടാന്മാർ ആവേഗങ്ങൾ കൊണ്ട് വളരെ വേഗം തന്നെ അറിഞ്ഞു. കിന്നാരുക്കളുടെ പോരാളികളും ഗഢിധക്കുകളുടെ പോരാളികളും അടുത്ത കവാടങ്ങൾ തകർക്കപ്പെടാതിരിക്കാൻ അവരെ എതിർത്തുകൊണ്ടിരിന്നു. മൂന്ന് ദിവസങ്ങൾക്കപ്പുറം മായികയുടെ ഒളിപോരാളികളായ മാട്ടാന്മാർ യുദ്ധഭൂമിയിലിറങ്ങി. മൂന്ന് പെണ്ണുങ്ങളുടെയും മെദോവിന്റെയും നേതൃത്വത്തിലുള്ള പെൺ സൈന്യത്തെ കണ്ട്, അജ്തുക്ക് തയൊരി മിഹാനെ പരിഹസിച്ചു. അത്തനാസ്യോ പ്രധാന മാട്ടാൻമാരിലൊരാളായ വിടോക്ക് തെയ്യാമയുടെ നേരെ കുതിച്ചു. പക്ഷെ വിടോക്കിന്റെ കണ്ണുകളിലെ മാന്ത്രികത അയാളെ തഴഞ്ഞു. എത്ര ഓടിയിട്ടും അടുത്തേക്കെത്താൻ കഴിയാത്തത് പോലെ അയാൾക്ക് തോന്നി, അയാളുടെ സൈന്യവും അവർക്ക് നേരെ കുതിച്ചു.

ഈ സമയം മെദോവ് ചില നിർദ്ദേശങ്ങൾ പടത്തലവൻമാർക്കും മാട്ടാൻമാർക്കും നൽകി. ഗന്ധകത്തിന്റെയും ഇന്തുപ്പിന്റെയും ഗന്ധം അവിടെ പടർന്നു. ആകാശരാജാവിന്റെ പടയാളികൾ അവരുടെ ഉപകരണങ്ങൾ പ്രയോഗിക്കാനൊരുങ്ങി. വിഷം നിറച്ച അമ്പുകൾ അവർ മാട്ടാന്മാരുടെ നേരെ എയ്തു,

എന്നാൽ അവ മാട്ടാന്മാരുടെ അടുത്തെത്തുന്നതിനു മുൻപേ വിഡിൻ ത്രിവിമായ കൊണ്ട് ചെറിയ ഒരു സംഗീതമുണ്ടാക്കി. ആ ശബ്ദതരംഗങ്ങൾ അവിടെയുള്ള മറ്റു തരംഗങ്ങളെ ക്രമീകരിച്ച്, അജ്ഞുക്കിന്റെ സൈന്യത്തിനും മാട്ടാന്മാർക്കുമിടയിൽ കല്ലുകൾ കൊണ്ടുള്ള ഭിത്തി രൂപപ്പെടുത്തി. അവർ എയ്ത അമ്പുകൾ കരിങ്കൽ ഭിത്തിയിൽ തട്ടി തകർന്ന് പോയി. വിഡിൻ വീണ്ടും ത്രിവിമായ ഉപയോഗിച്ചു. ഭിത്തി അപ്രത്യക്ഷമായി.

ഉടനെ തന്നെ മെദോവ് മാട്ടാന്മാർക്ക് ഒരിക്കൽ കൂടി നിർദേശം നൽകി, അവർ കൈകൾ മേലോട്ടുയർത്തി പ്രത്യേക രീതിയിൽ തെ്രേടോക്ക് ചൂണ്ടി ആകാശരാജാവിന്റെ സൈന്യത്തിനു നേരെ തിരിഞ്ഞു. എതിർ സൈന്യം അവർക്ക് നേരെ പാഞ്ഞടുത്തു. അടുത്തെത്താൻ 10 അടി മാത്രം ബാക്കി നിൽക്കവേ. മൂന്നാമത്തെ നിർദേശം മെദോവ് നൽകി.

ഇടിമുഴക്കത്തിന്റെ സാമ്യതയുള്ള ശബ്ദമവിടെ മുഴങ്ങി. അജ്ഞുക്കിന്റെയും അത്തനാസ്യോയുടെയും സൈന്യം നിമിഷാർത്ഥങ്ങൾ കൊണ്ട് നശിക്കപ്പെട്ടു. അവരുടെ പോരാളികൾ തലകൾ ചിതറി മരിച്ചു വീണു. വിഡിൻ ത്രിവിമായ വീണ്ടും ഉപയോഗിച്ചു.

മരിച്ചു കിടന്നിരുന്ന പടയാളികളുടെ ശരീരങ്ങൾ പാറകൾ തെന്നിമാറി ഒരു ഗർത്തത്തിലേക്ക് പതിച്ചു. അജ്ഞുക്കിനും ആകാശരാജാവെന്ന് വിശേഷിക്കപ്പെടുന്ന അത്തനാസ്യോയിക്കും അവരുടെ കണ്ണുകളെ വിശ്വസിക്കാൻ കഴിഞ്ഞില്ല. അത്തരമൊന്ന് അവർ ആദ്യമായി കാണുകയായിരുന്നു. അജ്ഞുക്കിനെയും,അത്തനാസ്യോയെയും മെദോവിന്റെ നേതൃത്വത്തിൽ മായികയുടെ ഇരുണ്ടയിടങ്ങളിലേക്ക് കൊണ്ട് പോയി.

രംഗം വഷളാവുന്നത് കണ്ട് വിദ്ധായു തെരുഹിമാനിയുമായി രക്ഷപെടാൻ മായികയുടെ കവാടങ്ങൾ തുറന്നതറിഞ്ഞു. തയൊരിമിഹാന്റെ പെൺ പട അവരെ തിരഞ്ഞ് ചെന്നു. പീഠഭൂമിയിൽ നിന്ന് നദിയിലേക്കുള്ള ജലപാതയുറക്കവെ അവർ തെരു ഹിമാനിയെയും വിദ്ധായുവിനെയും കണ്ടെത്തി.

തെരു ഹിമാനിയോട് മാട്ടാന്മാർ യാഥാർത്ഥ്യങ്ങൾ പറഞ്ഞു മനസ്സിലാക്കാൻ ശ്രമിച്ചു. ഇതൊരു കെണി ആണെന്നറിഞ്ഞ തെരു ഹിമാനി മണ്ണിലേക്ക് ഉതിർന്നു വീണു. ഇതിനിടയിൽ നദിയിലേക്ക് ചാടി രക്ഷപ്പെടാൻ വിദ്ധായു ശ്രമിച്ചു. പ്രധാന മാട്ടാന്മാരിൽ ഒരാളായ വിഡിൻ ഇത് അപകടമാണെന്ന് മനസ്സിലാക്കി, വിരകൾ നിറച്ച സ്ഫടിക കുപ്പി വിദ്ധായുവിന്റെ ദേഹത്തേക്കെറിഞ്ഞു. നിമിഷാർത്ഥങ്ങൾ കൊണ്ട്

അടയാളങ്ങൾ പോലും അവശേഷിപ്പിക്കാതെ വിരകൾ അയാളെ അവസാനിപ്പിച്ചു. വിടോക്ക് മായ ഉടനെ തന്നെ അവിടേക്ക് ഒരു മരു ന്നൊഴിക്കുകയും ചെയ്തു. പക്ഷെ അതിനിടയിലെപ്പൊഴൊ വിദ്ധായു നദിയിലെ ചുഴിയുടെ ആകൃതിയിലുള്ള വാതിൽ തുറന്നിരുന്നു. തെരു ഹിമാനിയുടെ കണ്ണുകൾ ഇതിനെല്ലാം സാക്ഷ്യം വഹിച്ചിരുന്നു. അവൾ പെട്ടെന്ന് വിഡിന്റെ കഴുത്തിലെ ചരട് പറിച്ചെടുത്തുകൊണ്ട് ചുഴിയിലൂടെ രക്ഷപെട്ടു. എന്താണ് സംഭവിച്ചതെന്നു തിരിച്ചറിയാൻ പ്രധാനമാട്ടാ ന്മാർക്ക് നിമിഷങ്ങൾ വേണ്ടി വന്നു. തിരിച്ച് മായികയിലേക്കെത്തിയ മാട്ടാന്മാർ കടുത്ത ചില തീരുമാനങ്ങൾ എടുത്തു. വിദ്ധായുവിന്റെ പക്ഷക്കാരെയും, സത്യത്തിന്റെ ഗോളം തുറക്കാൻ കഴിയാത്ത എല്ലാ വരെയും മായികയിൽ നിന്ന് പുറത്താക്കി. അവരിൽ ചിലരാണ് ഇന്നും കിയ്യാലയിൽ നിലനിൽക്കുന്ന ഞങ്ങൾ ഉൾപ്പെടുന്ന ഗോത്രത്തിന്റെ പൂർവ്വപിതാക്കന്മാർ. മായിക അവരുടേത് മാത്രമല്ല, ഞങ്ങൾക്ക് കൂടെ അവകാശപ്പെട്ടതാണ്. അതിലേക്കെത്തുക എന്നതാണ് ഞങ്ങളുടെ വംശത്തിന്റെ പൊതു ലക്ഷ്യം. " പ്രാച്ചി പറഞ്ഞവസാനിപ്പിച്ചു.

വീണ്ടും അയാളിലേക്ക്

തലച്ചോറിന് വല്ലാത്തൊരു ഊർജ്ജം കൈവന്നപോലെ.... . അതേ സമയം കണ്ണുകളിൽ വല്ലാത്തൊരു നനവ് തങ്ങി നിൽക്കുന്നുണ്ട്. ഇടക്ക് വാസുവണ്ണൻ വീണ്ടും സാധനങ്ങൾ കൊണ്ടെത്തിച്ചു. പക്ഷെ എനിക്ക് പുറത്തേക്ക് ഒന്നിറങ്ങണമെന്നു തോന്നി. എവിടെയൊക്കെയോ നടന്നു. തിരിച്ചു നടക്കുമ്പോൾ സന്ധ്യയായിട്ടുണ്ട്.

ഒരു സ്ത്രീയെ വഴിയിൽ വച്ചു കണ്ടു. ഒറ്റ നോട്ടത്തിൽ മനസ്സിലായില്ലെങ്കിലും, പതിയെ എനിക്ക് മനസ്സിലായി അത് സരസ്വതി അക്കയാണെന്ന്. ഞാൻ തൊണ്ടയനക്കി. അവർ തിരിഞ്ഞു നോക്കി. ഒരു നിമിഷം നോക്കി നിന്നതിനു ശേഷം സംസാരിക്കാൻ തുടങ്ങി.

“മോൻ വന്നത് അറിഞ്ഞു. നാട്ടിൽ അപ്പാക്കും അമ്മയ്ക്കും സുഖമല്ലേ “

“അതേ അക്ക, അവർ സുഖായിട്ട് ഇരിക്കുന്നു. അവിടെ എങ്ങനെ സുഖം തന്നെയല്ലേ, രാമേട്ടൻ നാട്ടിൽ ഇല്ലേ അക്ക. ”

“മോനെ അണ്ണൻ പോയിട്ട് വർഷങ്ങൾ ആയി. എവിടെ ആണെന്ന് ഒരു വിവരവും ഇല്ല. ഇടക്ക് അണ്ണൻ കൊടുക്കുന്നതാണെന്ന പേരിൽ ഒരാൾ പണം അയക്കാറുണ്ട്. അത്ര തന്നെ. എന്താ ഇതിനുമാത്രം വെളിൽ കിടന്ന് അണ്ണൻ കണ്ടുപിടിക്കുന്നത് എന്ന് അറിയില്ല, ഇങ്ങനെ ഉണ്ടോ ഒരു മനുഷ്യൻ. ”

“അക്ക വിഷമിക്കണ്ട. എനിക്ക് കുറച്ചു കാര്യങ്ങൾ സംസാരിക്കാനുണ്ട്, നാളെ പകൽ ഞാൻ വീട്ടിലേക്ക് വരാം. ”

അന്നത്തെ രാത്രി എനിക്ക് ഉറങ്ങാൻ കഴിഞ്ഞില്ല.

"Go on, u can do it" എന്ന് ആരോ മനസ്സിൽ നിന്ന് പറയുന്ന പോലെയാണ് തോന്നിയത്.

ഒരു ജനതയുടെ രഹസ്യങ്ങൾ തേടി വ്യത്യസ്ത കാലഘട്ടങ്ങളിൽ ഇറങ്ങി തിരിച്ച രണ്ട് പേർ,ഒരാൾ കൊല്ലപ്പെട്ടു,

മറ്റൊരാളെ പറ്റി ആർക്കുമറിയില്ല. രണ്ടു പേർക്കുമിടയിൽ ഒരേ പോലെയുള്ള കണ്ണികൾ ഞാനും മാട്ടാന്മാരുമാണ്. രാത്രിക്ക് ഏറെ ദൈർഘ്യമുള്ളതായി തോന്നി. പിറ്റേന്ന് പറഞ്ഞത് പോലെ ഞാൻ അക്കയുടെ വീട്ടിലെത്തി. പഴയ വീടിനെക്കാൾ ഒരുപാട് മാറ്റം വന്നിരിക്കുന്നു. ആചാരമര്യാദകളോടെ അവർ എന്നെ അകത്തേക്ക് ക്ഷണിച്ചു.

രാമേട്ടന്റെതായ കുറച്ചു പഴയ ഫോട്ടോകൾ അവിടെ ഫ്രെയിം ചെയ്തു വച്ചിരുന്നു. കണ്ടുപിടുത്തങ്ങളോട് കമ്പമുള്ള രാമേട്ടന്റെ ഭൂതകാലത്തെ പറ്റി അക്കയെന്നോട് സംസാരിക്കാൻ തുടങ്ങി.

"92 ലാണ് അണ്ണൻ പഠിപ്പ് മുടിച് റിസർച്ച്ന്നു പറഞ്ഞ് പോയത്. ഇന്ത്യവിൽ തന്നെ, അവിടെ ഇരുന്ന് 5 വർഷത്തിക്ക് മേലെ വെളിനാട് പോയി. പിന്നെ രണ്ട് കളമെയി ഒരു നൻപൻകൂടേ ഇവിടെ വന്നു മോനെ. നല്ല ഒരു മനുഷ്യൻ. രണ്ടാവത് തടവേ ഇവിടെ വന്നപ്പോൾ അണ്ണൻ കുറച്ചു കാര്യം സൊല്ലിവച്ചിട്ട് പോയ്. കുറച്ചു നാൾ കഴിഞ്ഞപ്പോൾ അണ്ണനുടെ നൻപൻ സൊല്ലിച് ഒരു കാർ ആക്സിഡന്റിൽ പൊയച്ചെന്നു. അന്ത വാർത്ത കേട്ടു താൻ അമ്മ പോയത്. ബോഡിയെ കണ്ടുവരാൻ എവിളമോ പണിയാച്ച്. കിടക്കലൈ മോനെ. അണ്ണനുടെ നൻപൻ താൻ അണ്ണൻ പോയ കാര്യം വെളിലെ സൊല്ല വേണ്ട, ഇന്ത്യവിലെ തെരിയവേണ്ട എന്ന് പറഞ്ഞത്. ദേശദ്രോഹകുറ്റം പോട്ടും, കുടുംബത്തോടെ ഉള്ളെ പോകുന്ന് പറഞ്ഞ്. നാങ്ങളും വെളിലെ സൊല്ലലെ മനസ്സക്ക് വേദനയിരുന്താലും ഇണ്ണും അണ്ണൻ വെളിൽ കണ്ടുപിടിപ്പിലെ ഇറ്ക്കാറെന്ന് സൊല്ലവേൻ. കടെയ്സിയ പാക്ക കൂടേ മുടിയലേ. "

അവർ ആകെ കരഞ്ഞു പോയിരുന്നു. ഞാൻ അവരെ ചേർത്തു നിർത്തി ആശ്വസിപ്പിച്ചു. നൻപന്റെ പേരു ചോദിച്ചു. മോൻ ആരോടും പറയരുതെന്നു പറഞ്ഞു അവർ എന്നോട് ആ പേരു പറഞ്ഞു. ആ പേര് എന്നിൽ പ്രത്യേകിച്ച് ഞെട്ടലൊന്നും ഉളവാക്കിയില്ല.

ശേഷം അണ്ണൻ അന്ന് കൊണ്ട് വച്ച സാധനങ്ങൾ എടുക്കാൻ അനുവാദം ചോദിച്ചു. അൽപ്പം വിമുഖതയോടെയാണെങ്കിലും അവർ എനിക്ക് രാമേട്ടന്റെ സാധനങ്ങൾ സൂക്ഷിച്ചിരിക്കുന്ന അവരുടെ പഴയ

വീടിന്റെ താക്കോൽ തന്നു. ഞാൻ നേരെ അങ്ങോട്ടേക്ക് പോയി. പഴയതാണെങ്കിലും ഇന്നും ആ വീട് വലിയ കുഴപ്പങ്ങളില്ലാതെ നിൽക്കുന്നുണ്ട്. ഞാൻ പതുക്കെ വാതിൽ തുറന്ന് അകത്തേക്ക് കയറി. രാമേട്ടന്റെ മുറിയിലേക്ക് കയറി. അവിടെ ഒരു പഴയ തകരപ്പെട്ടിയും,കുറച്ചു വയറുകളും സ്വിച്ചുകളും ഘടിപ്പിച്ച മൂന്ന് ചക്രങ്ങൾ ഉള്ള ഒരു ഉപകരണവും കണ്ടെത്തി. വാസുഅണ്ണനെയും വിശ്വസ്തരായ കുറച്ച് ആൾക്കാരെയും കൊണ്ട് ആ വസ്തുക്കൾ എല്ലാം ഞാൻ എന്റെ വീട്ടിലേക്ക് കൊണ്ട് പോയി.

വഴി

വളരെ സൂക്ഷിച്ച ഞാൻ ആ പെട്ടി തുറന്നു. വിചാരിച്ചത് പോലെ പ്രത്യേകിച്ച വസ്തുക്കൾ ഒന്നുമുണ്ടായിരുന്നില്ല. പക്ഷെ പല ഫയലു കളിൽ ആയി കുറേ അധികം പേപ്പറുകളുണ്ടായിരുന്നു. ഒരുപക്ഷെ നീവിനെപോലെ അദ്ദേഹം കണ്ടെത്തിയ കാര്യങ്ങൾ ആയിരിക്കാം. ആദ്യത്തെ ഫയലിൽ നിറയെ ചിത്രങ്ങൾ ആയിരുന്നു. അതിൽ മൂന്ന് ചക്രങ്ങൾ ഉൾപ്പെടുന്ന, രാമേട്ടന്റെ വീട്ടിൽ നിന്ന് കിട്ടിയ യന്ത്രത്തിന്റെ പടങ്ങളുമുണ്ടായിരുന്നു.

പിന്നീട് കിട്ടിയ ഫയലിൽ ഒരു നക്ഷത്രക്കൂട്ടത്തിന്റെ പലതരം ചിത്രങ്ങൾ ആണ് ഉണ്ടായിരുന്നത്. ആ ചിത്രങ്ങൾ ഗ്ലൂഗിൾ ലെൻസ് വഴി പരിശോധിച്ചപ്പോൾ, എരിസ് എന്ന നക്ഷത്രക്കൂട്ടമാണെന്ന് ഞാൻ കണ്ടെത്തി. കൂടാതെ അദ്ദേഹം കണ്ടെത്തിയ ചില കാര്യങ്ങൾ വിശ്വസിക്കാൻ പോലും പ്രയാസമായിരുന്നു. പടിഞ്ഞാറൻ ഇന്ത്യയിലെ ചില ട്രൈബുകൾക്കിടയിൽ നിലനിൽക്കുന്ന കേട്ടു കേൾവികളുടെഅടി സ്ഥാനത്തിലാണ്,അദ്ദേഹം കിന്നാരുക്കളുടെയും ഗന്ധിധക്കുകളുടെയും വേരുകൾ തേടി പോയത്. അവരിൽ തന്നെ ചിതറിക്കപ്പെട്ടുപോയ അല്ലെങ്കിൽ പുറത്താക്കപ്പെട്ട, ഒരു വിഭാഗം ആളുകൾ കിയ്യാലയുടെ അകത്തളങ്ങളിൽ ഇന്നും ജീവിക്കുന്നു. അവരിൽ നിന്നാണ് നീവ് കണ്ടെത്തിയ കാര്യങ്ങൾ അദ്ദേഹം അറിഞ്ഞത്. പിന്നീട് കിട്ടിയ തൊരു ഡയറിയാണ്. അവിശ്വസനീയമായ കുറച്ച് കാര്യങ്ങൾ അദ്ദേഹം അതിൽ എഴുതി വച്ചിരുന്നു. ഒരു ചെറിയ കുറിപ്പ് പോലെ.

12/4/1995

ഞാനെന്റെ ലക്ഷ്യങ്ങളിലേക്ക് പൂർണ്ണമായും എത്തിയിരിക്കുന്നു. ഇന്ത്യയുടെ കിഴക്ക് പടിഞ്ഞാറൻ ഭാഗത്ത് സ്ഥിതി ചെയ്യുന്ന ഒരു പീഠഭൂമിയിൽ,വടക്കുനോക്കി യന്ത്രമോ, വാച്ചുകളോ പ്രവർത്തിക്കില്ല. പക്ഷെ ഒരു പ്രത്യേക സമയത്ത് മേടക്കൂറിൽ പ്രത്യക്ഷപ്പെടുന്നനക്ഷത്രക്കൂട്ടത്തിന്റെ പ്രകാശവും അതിൽ നിന്ന് വരുന്ന പ്രത്യേക തരംഗങ്ങളുമാണ് അവിടെ അന്ന് പ്രകൃതിയുടെ നിയന്ത്രണങ്ങൾ ഏറ്റെടുക്കുക. മാത്രമല്ല മേടക്കൂറിൽ രണ്ടാം പാദത്തിൽ ജനിച്ചമനുഷ്യർക്ക് മാത്രമേ ആ നദിക്കപ്പുറം കടക്കാനാവു. അല്ലാത്തവർക്ക് എത്തണമെങ്കിൽ അവരുടെ ലോകത്തിന്റെ വാതിലുകൾ തുറക്കപ്പെടണം. കവാടങ്ങളുടെ നിറം പച്ചയാണെങ്കിൽ അവിടെ വളരെ നെഗറ്റീവ് ആയ ഒരു പാരനോർമൽ ആക്ടിവിറ്റി അനുഭവിക്കാൻ സാധിക്കും. ആ കവാടങ്ങളിലൂടെ അകത്ത് കടക്കാൻ ശ്രമിച്ചാൽ മരണമാവും ഫലം. നീലയാണെങ്കിൽ ആ ലോകം നമ്മളെയും ആഗ്രഹിക്കുന്നു. നാലു തരം ശബ്ദകണികകളുടെ ആവേഗങ്ങളും ചേരുമ്പോൾ,നിബിഢമായ വനാന്തരത്തിൽ ഒരു നദി ഉയർന്നു വരും. അതിന്റെ ഉള്ളിൽ രൂപപ്പെടുന്ന ചുഴിയാണ് അവരിലേക്കുള്ള മാർഗം. അതിനായി അവർ ഉപയോഗിച്ചിരുന്നത് ത്രിവിമായ എന്ന സംഗീത ഉപകരണമാണ്. അതിനുപകരമായി ഞാൻ ഉണ്ടാക്കിയ ഈ ഉപകരണം ആണ് ലമ്പോക്ക്. പലതവണയുള്ള നിരന്തര പരിശ്രമ ഫലമായി ഞാൻ ആ വഴി തുറന്നു. ആ ലോകം എനിക്ക് അത്ഭുതങ്ങളാണ് സമ്മാനിച്ചത്. ഭൂമിക്കടിയിൽ മറ്റൊരു ലോകം. അത് എന്താണെന്ന് ഈ ലോകത്തിന് ഞാൻ പരിചയപ്പെടുത്തുന്നില്ല. അത് അവരുടെ നാശത്തെ പ്രതി അല്ല,ഇവിടുത്തെ ദുരാഗ്രഹികളായ മനുഷ്യരെ പ്രതി ആണ്. ഒരു പക്ഷെ അവർ ഇനിയും ജീവിച്ചേക്കാം, പക്ഷെ ഭൂമിക്ക് മുകളിൽ മനുഷ്യർ ഉണ്ടാവാൻ വഴിയില്ല. അവരിൽ ചിലർ നമ്മളോടൊപ്പം തന്നെ ഉണ്ട്.

അത്ര മാത്രമേ അതിലും എഴുതിയിട്ടുണ്ടായിരുന്നുള്ളൂ. നീവിനെ പോലെ തന്നെ അദ്ദേഹവും ഉത്തരങ്ങളെക്കാൾ ചോദ്യങ്ങളാണ് അവശേഷിപ്പിച്ചത്. ആ രാത്രി ഉറങ്ങാൻ ഞാൻ തയ്യാറല്ലായിരുന്നു. ലമ്പോക്ക് പ്രവർത്തിപ്പിക്കാൻ ഞാൻ ശ്രമിച്ചു. പക്ഷെ അതിൽ ഒരു ഭാഗം മാത്രമേ പ്രവർത്തിച്ചിരുന്നുള്ളൂ. പിറ്റേന്ന് വാസുവണ്ണന്റെ പരിചയത്തിലുള്ള ഒരാളെ വിളിച്ചു. അദ്ദേഹം രാവിലെ തന്നെ എത്തിയിരുന്നു. എന്റെ അച്ഛന്റെ തന്നെ പഴയൊരു സുഹൃത്തായിരുന്നു അദ്ദേഹവും. ഫ്രീക്വൻസി ആംപ്ലിഫയർ ആൻഡ് ഫ്രീക്വൻസി റെഗുലേറ്റർ എന്നിവ ആയിരുന്നു ലമ്പോക്കിൽ ഘടിപ്പിച്ചിരുന്നത്.

അതുകൂടാതെ പ്രത്യേകതരം മെറ്റാലിക് ഫോയിൽ കൊണ്ട് പലതരത്തിലുള്ള ഗോളങ്ങൾ കവർ ചെയ്തിരുന്നു. അവയെ ചുറ്റി മുള്ളുകളുടെ ആകൃതിയിൽ കറങ്ങുന്ന നീണ്ട റോഡുകളും ഉണ്ടായിരുന്നു. അദ്ദേഹത്തിന്റെ നിരന്തരമായ പരിശ്രമങ്ങൾ കൊണ്ട് ഏകദേശം നാല് മണിക്കൂറിനു ശേഷം ആ ഉപകരണം പ്രവർത്തിച്ചു തുടങ്ങി. ഓരോ വളയങ്ങളും കറങ്ങുമ്പോഴും ഗോളങ്ങളിൽ നീണ്ട റോഡുകൾ തട്ടി പലതരം ശബ്ദങ്ങൾ വന്നുകൊണ്ടിരുന്നു. ആ ശബ്ദങ്ങൾക്ക് സംഗീതത്തിന്റെ ഛായ ഉണ്ടായിരുന്നു. അൽഭുതമുളവാക്കുന്ന കാര്യമെന്താണെന്ന് വെച്ചാൽ, ആ യന്ത്രം റേഡിയോയുടെ രൂപത്തിലാക്കാൻ സാധിക്കുന്നതായിരുന്നു. കുറച്ചുകൂടി വ്യക്തമായി പറഞ്ഞാൽ മോഡേൺ ഹൈപവർ VFD.

എന്താണ് ഇവയൊക്കെ എന്ന എല്ലാവരുടെയും ചോദ്യങ്ങൾക്ക്, പുതിയൊരു പരീക്ഷണത്തിന്റെ തിരക്കിലാണെന്ന് മാത്രം പറഞ്ഞു. പിറ്റേന്ന് പീഠഭൂമിയിലേക്ക് പോകാനുള്ള ഒരുക്കങ്ങൾ ഞാൻ തുടങ്ങി. കിയാലയുടെ സഞ്ചാരപദങ്ങൾക്കപ്പുറം ഒരു നദി കഴിഞ്ഞു വേണം പീഠഭൂമിയിലേക്കെത്താൻ.

നന്നാട്ട് കാവിൽ നിന്ന് ആദ്യം പോയത് എറണാകുളം സൗത്ത് റെയിൽവേ സ്റ്റേഷനിലേക്ക് ആയിരുന്നു. അവിടെനിന്ന് ഹസറാത്തിലേക്ക് ടിക്കറ്റ് ബുക്ക് ചെയ്തു. അവിടെ റയിൽവേ സ്റ്റേഷനിൽ നിന്ന് ബസ് കയറി വേണം ഷിംലയിലേക്കെത്താൻ. പോകുന്ന വഴികളിലെ ആരവങ്ങൾ ശ്രദ്ധിക്കാൻ എനിക്ക് കഴിഞ്ഞില്ല. രാമേട്ടന്റെ മാപ് അനുസരിച്ച് കാടിനപ്പുറമുള്ള നദിക്കരയിലേക്ക് ഞാൻ പുറപ്പെട്ടു.

ഏകദേശം പതിമൂന്ന് കിലോമീറ്റർ എനിക്ക് നടക്കേണ്ടതായി വന്നു. പണ്ട് ഷിംലയിൽ ടൂർ വന്നപ്പോൾ കിയ്യാലയൊക്കെ തൊട്ടറിഞ്ഞാണ് പോയതെങ്കിലും, ഇപ്പോൾ കാണുന്ന കിയ്യാലക്ക് മറ്റൊരു മുഖമാണുള്ളത്. ഏകദേശം രാത്രി ഒൻപത് മണിയോടെ ഞാൻ നദിക്കരയിലെത്തി. പക്ഷെ നദിയുടെ അടുത്തേക്ക് നീങ്ങവെ വാച്ചിന്റെ ചലനം നിലച്ചു. മാത്രമല്ല നദിയുടെ അപ്പുറം ഒരു ടെന്റ് കാണുന്നുണ്ടായിരുന്നു. ഞാൻ അധികം ശബ്ദമുണ്ടാക്കിയില്ല. അവർ എന്താണ് ചെയ്യുന്നത് എന്ന് നിരീക്ഷിച്ചു. പക്ഷേ പ്രകൃതിയിൽ എന്തൊക്കെയോ മാറ്റങ്ങൾ സംഭവിക്കുന്നുണ്ടായിരുന്നു.

പക

അവളുടെ കണ്ണുകളിലെ പക തീ പോലെ കാണാമായിരുന്നു.

"ദീദി ഇന്ന് രാത്രി ആ കാണുന്ന നദിക്കപ്പുറം എന്റെ കൂടെ വരണം"

"പ്രാച്ചി ഇതൊക്കെ കഥകൾ അല്ലെ, നീ ഇന്നും ഇതൊക്കെ വിശ്വസിക്കുന്നുണ്ടോ?"

"ദീദി നക്ഷത്രക്കൂട്ടങ്ങളെ അന്വേഷിച്ച് വന്നതല്ലേ,. ഇന്ന് ചില നക്ഷത്രങ്ങളുടെ ശക്തി ഞാൻ കാണിച്ചു തരാം"

അവളുടെ വാക്കുകൾക്ക് വല്ലാത്ത ശക്തിയുണ്ടായിരുന്നു. അവളെനിക്ക് പലതരം വസ്ത്രങ്ങളും ചില പ്രത്യേക തരം ചായങ്ങളും കൊണ്ട് തന്നു. ഞൊടിയിടയിൽ ഞങ്ങൾ മറ്റൊരു വേഷം ധരിച്ചു. അവൾ ധരിപ്പിച്ചു, എന്നുവേണം പറയാൻ. ശേഷം അവളുടെ നിർദ്ദേശപ്രകാരം കുറച്ച് മന്ത്രങ്ങൾ എന്നു തോന്നിക്കുന്ന വാക്കുകൾ ഏറ്റുപറഞ്ഞു.

ഏറ്റവും അവസാനം അവൾ സ്വയം പറഞ്ഞു. "ഇത് തിഹോന്റെ പക്ഷക്കാരുടെ പ്രതികാരം"

എന്താണ് സംഭവിക്കാൻ പോകുന്നതെന്ന് എനിക്ക് ഒരൂഹവും ഉണ്ടായിരുന്നില്ല. ഞങ്ങൾ താമസിച്ചിരുന്ന മരവീടിന് ഏകദേശം മൂന്നു കിലോമീറ്ററോളം അകലെയായിരുന്നു അവൾ പറഞ്ഞ നദി. പൂർവികരോട് ഒരിക്കൽ കൂടി പ്രാർത്ഥിച്ച്,

അവളോടൊപ്പം ഞാനിറങ്ങി. പ്രകൃതിയുടെ പ്രകടമായ മാറ്റങ്ങൾ അറിയാൻ സാധിക്കുന്നുണ്ടായിരുന്നു. പക്ഷേ നദിക്കരയിലെത്തിയപ്പോൾ പ്രാച്ചിയുടെ കണക്കുകൂട്ടലുകൾ തെറ്റിയതു പോലെ തോന്നി. ഞങ്ങൾക്ക് മുൻപേ അവിടേയ്ക്ക് കുറച്ച് മനുഷ്യന്മാർ എത്തിയിരുന്നു. അവരുടെ കണ്ണിൽപ്പെടാതെ ഞങ്ങൾ മറഞ്ഞുനിന്നു.

കുട്ടിമുട്ടലുകളുടെ അവസാനം

ആകാശത്ത് ചില മാറ്റങ്ങൾ നടക്കുന്നതായി കാണാൻ സാധിച്ചു. ഹെലികോപ്റ്റർ എന്ന് തോന്നിക്കുന്ന വസ്തു അന്തരീക്ഷത്തിൽ അകലെ പ്രത്യക്ഷപ്പെട്ടു. കുറച്ച് സമയങ്ങൾ കഴിഞ്ഞപ്പോൾ അതെവിടെയോ മറഞ്ഞു. പക്ഷെ ഒരു മനുഷ്യൻ നദിക്കപ്പുറത്തേക്ക് ഓടിയടുക്കുന്നതായി കണ്ടു. അയാളെ സ്വീകരിക്കാനെന്നോണം ടെന്റിൽ നിന്നും മൂന്നുപേർ പുറത്തേക്കിറങ്ങി. ഓടിയടുത്താനുഷ്യൻ അവരിൽ ഒരാൾക്ക് കൈ കൊടുത്തു. പ്രാച്ചിയുടെ മുഖത്ത് വല്ലാത്ത നടുക്കം കാണാമായിരുന്നു, എന്താണ് സംഭവിക്കുന്നതെന്ന് എനിക്കും വ്യക്തമല്ലായിരുന്നു. പെട്ടെന്നാണ് ഞങ്ങളുടെ പിന്നിൽ ചെറിയൊരു ആളനക്കം ശ്രദ്ധിച്ചത്.

"ഹേയ് ആരാണ്?"

മറ്റൊരാൾ ഇരുട്ടിൽ നിന്ന് പുറത്തേക്ക് വന്നു. അയാളുടെ മുഖത്തും പരിഭ്രമം വ്യക്തമായിരുന്നു.

"നിങ്ങൾ ആരൊക്കെയാണ്?!"

"ഞാൻ രാഗ, ഞങ്ങൾ നക്ഷത്രങ്ങളെക്കുറിച്ച് പഠിക്കാൻ വന്നതാണ്. "

പക്ഷേ എന്റെ മറുപടിയിൽ അയാൾ തൃപ്തൻ ആയിരുന്നില്ല.

അപ്പോഴാണ് ഞാനും എന്റെ വേഷത്തെക്കുറിച്ച് ചിന്തിച്ചത്.

"ഞാൻ മാധവ്, ഇവിടെ നിങ്ങൾ എന്തിനു വന്നുവെന്നെനിക്ക് അറിയാം. "

പ്രാച്ചിയുടെ മുഖത്തു രൗദ്രം നിറഞ്ഞു നിന്നു.

പക്ഷേ അപ്പോഴാണ് ഞങ്ങൾ മൂന്നു പേരും അത് ശ്രദ്ധിച്ചത്,ആകാശത്ത് പലതരം പ്രകാശങ്ങൾ കണ്ടുതുടങ്ങിയിരിക്കുന്നു. എരിസ് എന്ന നക്ഷത്രക്കൂട്ടത്തെ വളരെയടുത്തെനിക്ക് കാണാൻ പറ്റി. വല്ലാത്തൊരു വൈബ്രേഷൻ എനിക്ക് അനുഭവപ്പെടുന്നുണ്ടായിരുന്നു. അവിടെ കൂടിയിരുന്ന മനുഷ്യർ ചില പൂജാകർമ്മങ്ങൾ ചെയ്യാനുള്ള ഒരുക്കത്തിലായിരുന്നു. ഒപ്പം തന്നെ പ്രാച്ചിയും ചില കർമ്മങ്ങൾ ചെയ്യാൻ തുടങ്ങി. അപ്പോഴാണ് ഞാൻ മറ്റൊരു കാര്യം കൂടി ശ്രദ്ധിച്ചത്. മാധവ് ഒരു ചെറിയ മെഷീൻ എടുത്ത് ഓൺ ആക്കുന്നുണ്ടായിരുന്നു. ഇത്തരമൊരു വസ്തു ഇതിനുമുൻപ് ഞാൻ കണ്ടിട്ടില്ല. പതുക്കെ എനിക്ക് എന്തൊക്കെയോ അസ്വസ്ഥതകൾ അനുഭവപ്പെട്ടു. പൂജകൾ ചെയ്തുകൊണ്ടിരുന്ന പ്രാച്ചി, എന്റെ മുടിയിഴകളിലൊന്നു പറിച്ചെടുത്ത് തലയുടെ ചുറ്റും ഉഴിഞ്ഞ് തിരികെ പോയി, വീണ്ടും പൂജകൾ ചെയ്യാൻ തുടങ്ങി. എനിക്ക് ബോധം മറയുന്നതുപോലെ തോന്നി.

വീണ്ടും

ഏത് ഇരുട്ടിലും അയാളെ എനിക്ക് തിരിച്ചറിയാൻ കഴിയും. രാമേട്ടന്റെ ചതിയനായ കൂട്ടുകാരൻ,ഹാരിസ് വില്ല്യൻ. വളരെ അപ്രതീക്ഷിതമായി ആകാശത്തുനിന്ന് ഒരു മിന്നൽ പിണർ പീഠഭൂമിയിലേക്ക് പതിച്ചു. അതിന്റെ പ്രഹരത്തിൽ അവിടെ നിന്നിരുന്ന മൂന്നുപേരും അയാളും തെറിച്ചുവീണു. പക്ഷേ ഇതിനോടകം അവിടെ ഒരു പച്ച നിറത്തിലുള്ള ഗോളച്ചുഴി തുറന്നിരുന്നു. എന്തൊക്കെയോ പൂജകൾ ചെയ്തുകൊണ്ടിരുന്ന പെൺകുട്ടി പ്രത്യേക രീതിയിൽ ശബ്ദമുണ്ടാക്കി.

എവിടെനിന്നാണെന്ന് അറിയില്ല കുറച്ച് അധികം ആൾക്കാർ നദിക്കരയിലെ ഭൂമിയിലേക്ക് വന്നു. അവരും മുൻപ് കണ്ട പെൺകുട്ടികളുടെ അതേ വേഷത്തിലായിരുന്നു. ഇത് കണ്ട് ഹാരിസ് വില്ല്യനും മറ്റുള്ളവരും പകച്ചു നിന്നു. തുറന്ന ഗോളച്ചുഴിയിൽ നിന്നും പലതരം ശബ്ദങ്ങൾ വരുന്നുണ്ടായിരുന്നു.

ആ പെൺകുട്ടിയും കൂട്ടരും ഗോളത്തിനകത്തെ ചുഴിയിലേക്ക് എടുത്തുചാടി. കുറച്ചു കഴിഞ്ഞപ്പോൾ അവരുടെ നിലവിളികൾ അവിടെ പ്രതിധ്വനിച്ചു. മുകളിൽ നിന്നും താഴേക്ക് ചാടിയ ഓരോ ആൾക്കാരുടെയും മൃതദേഹങ്ങൾ പുറത്തേക്ക് വീണുകൊണ്ടിരുന്നു. ഈ സമയം ഹാരിസ് വില്ല്യനും കൂട്ടുകാരും മറ്റെന്തൊക്കെയോ ചെയ്തു കൊണ്ടിരുന്നു. അവരുടെ സംഭാഷണങ്ങൾ വളരെ ഉച്ചത്തിൽ ആ സമയത്ത് എനിക്ക് കേൾക്കാമായിരുന്നു. ഡിവൈസ് ഓൺ ചെയ്യാനും, ഇപ്പോൾ വളരെ പവർ കൂടിയ ആത്മാക്കൾ ആണുള്ളതെന്നും, അതിനെ സെവൻത് ചാനലിലേക്ക് റിസീവ് ചെയ്യാനുമായിരുന്നു അയാളുടെ നിർദ്ദേശം. മറ്റുള്ളവർ ആകെ

പരിഭ്രാന്തർ ആയിരുന്നു. ഇപ്പോളാണ് ഞാൻ പ്രവർത്തിക്കേണ്ടത് എന്ന് എനിക്ക് മനസ്സിലായി.

എഴുതി വച്ചിരുന്നത് പോലെ തരംഗങ്ങളെ ഞാൻ രാമേട്ടന്റെ vfd യുടെ സഹായത്തോടെ നിയന്ത്രിച്ചു. തുറന്നിരുന്ന ഗോളച്ചുഴി ഒരു വലിയ ശബ്ദത്തോടെ താനേ അടഞ്ഞു. ഹാരിസ് വില്ലിന്റെ അലർച്ച ആ ശബ്ദ ത്തിനിടയിൽ കുരുങ്ങി പോയി. അയാൾ അരയിലുള്ള തോക്ക് എടുത്ത് അവർക്ക് നേരെ ചൂണ്ടി.

"You bastards how dare you to close that"

"Sir ഞങ്ങൾ ഒന്നും ചെയ്തിട്ടില്ല. "

ഹാരിസ് വില്ലിൻ ഒരു ഭ്രാന്തനെ പോലെ അവിടെ കിടന്ന് അലറി,

"Get lost assholes... എത്ര വർഷം കാത്തിരുന്നതാണെന്നറി യാമോ?"

കൂടെയുള്ള പെൺകുട്ടിയുടെ കഴുത്തിൽ അയാൾ തോക്ക് വച്ചു. ശേഷം തോക്ക് കൊണ്ട് അവളെ അടിച്ചിട്ടു. പിടിച്ചു മാറ്റാൻ ചെന്ന ചെറുപ്പക്കാരനെയും അയാൾ ഉപദ്രവിക്കാൻ തുടങ്ങി. അയാൾ ശരി ക്കുമൊരു രാക്ഷസനാണെന്ന് ഒരിക്കൽ കൂടി എനിക്ക് ബോധ്യമായി. പെട്ടെന്ന് തന്നെ അയാൾ ശാന്തനായി. എന്നിട്ട് അവരോട് പറഞ്ഞു.

"Open it again, I want that power".

നിസ്സഹായരായ അവർ വീണ്ടും ഒരുക്കങ്ങൾ തുടങ്ങി. പ്രകൃതി ശക്തി എനിക്ക് വീണ്ടുമൊരു അവസരമൊരുക്കിയതുപോലെ തോന്നി.

" ഹേയ് അയാൾ ഒരു കള്ളനാണ്. നിങ്ങൾക്ക് രക്ഷപെടണമെന്നു ണ്ടേൽ അയാളെ ആ നദിയിലേക്ക് എറിയൂ"

അശരീരിയെന്ന പോലെ എന്റെ വാക്കുകൾ അവിടെ പ്രതിഫലിച്ചു. ഇത്തവണ പ്രകൃതി ശാന്തയായിരുന്നു. കേൾക്കേണ്ട താമസം ആ പെൺകുട്ടി അയാളെ പിടിച്ചു തള്ളി. തികച്ചും അപ്രതീക്ഷിതമായതി നാൽ അയാൾ നില തെറ്റി താഴേക്ക് വീഴാൻ തുടങ്ങി.

അയ്യാൾ ഒരിക്കലും തിരിച്ചെഴുന്നേൽക്കാതിരിക്കാൻ വേണ്ടിയാ വണം, അതിലെ കരുത്തനായ ചെറുപ്പക്കാരൻ അയാളെ ആഞ്ഞു തൊഴിച്ചു. ശേഷം ഞാൻ vfd ഓൺ ചെയ്തു.

ഉടനെ തന്നെ പഴയ പോലെ ഒരു പച്ച ഗോളച്ചുഴി രൂപം കൊണ്ടു. അയാളെ അതുള്ളിലേക്ക് വിഴുങ്ങി, കുറച്ച് കഴിഞ്ഞപ്പോൾ അയാളുടെ മൃതദേഹം പുറത്തേക്ക് വീണു.

ഉടനെ ഞാൻ മെഷീൻ ഓഫ് ചെയ്തു. സൂര്യപ്രകാശം മെല്ലെ ഭൂമിയിലേക്ക് പതിക്കാൻ തുടങ്ങി, ഉയർന്നു നിന്ന പീഠഭൂമി ചുരുങ്ങാൻ തുടങ്ങി. അവരോട് കല്ലുകൾ വഴി നദി കടക്കാൻ ഞാൻ വിളിച്ചു കൂവി. ഹാരിസ് വില്ലിനെ തള്ളിയിട്ട കരുത്തനായ മനുഷ്യന് നദി കടക്കാൻ സാധിച്ചില്ല,അയാൾ ഭൂമിയിലേക്ക് താണുപോയി. മറ്റു രണ്ട് പേരും ഇപ്പുറത്തേക്ക് കടന്നു.

എവിടെയോ നീവിന്റെ ചിരികൾ കേൾക്കുന്നത് പോലെ എനിക്ക് തോന്നി,തോന്നലാവാം. ബോധരഹിതയായി കിടന്ന രാഗയെ ഞാൻ വിളിച്ചെഴുന്നേൽപ്പിച്ചു.

തിരിച്ചുപോക്ക്

ലിമിയക്കും എനിക്കും എന്താണ് സംഭവിച്ചതെന്ന് മനസ്സിലാകാൻ പിന്നെയും സമയം വേണ്ടി വന്നു. ഞങ്ങളെ രക്ഷിച്ച ചെറുപ്പക്കാരനും അവിടെ ഉണ്ടായിരുന്ന പെൺകുട്ടിക്കും രണ്ട് കഥകൾ പറയാനുണ്ടായിരുന്നു,ഒപ്പം ഞങ്ങൾക്കും. ദിശ അറിയാതെ ആ കാട്ടിൽ നിന്ന് പുറത്ത് കടക്കാൻ ഏകദേശം മൂന്ന് രാത്രിയും നാല് പകലുകളും വേണ്ടി വന്നു. തിരിച്ച് ഒരുമിച്ച് ഞങ്ങൾ കേരളത്തിലേക്ക് എത്തി. ലിമിയയെ ഞാൻ ഒപ്പം കൂട്ടി. ഒരു ജോലിക്ക് പോകാൻ ഞാൻ തീരുമാനിച്ചു. വീണ്ടും കണ്ടുമുട്ടാമെന്ന ഉറപ്പോടെ ഞങ്ങൾ സ്വന്തം ഇടങ്ങളിലേക്ക് യാത്രയായി.

അവസാനമില്ലാത്ത അവസാനം

ചില ചോദ്യങ്ങൾ വീണ്ടും ബാക്കിയായിരുന്നു. തെരു ഹിമാനിയും ചിതമോഗർത്തവും, പിന്നെ നീവ് കണ്ടെത്തിയ 12 ഗോളങ്ങളുടെ ചരിത്രവും. വീട്ടിലെത്തിയ മാധവ് ആ രേഖകളും ആ യന്ത്രങ്ങളും നീവിന്റെ ഫയലുകളും നശിപ്പിക്കാൻ തീരുമാനിച്ചു. അവയിലേക്ക് തീ കൊളുത്തവേ vfd വീണ്ടും തനിയെ ഓൺ ആയി. അവിടെ നീല നിറമുള്ള ഗോളച്ചുഴി രൂപപ്പെട്ടു. അതിന്റെ മറുവശത്ത് രാമേട്ടൻ അയാളെ വിളിക്കുന്നതായി മാധവിന് തോന്നി. അയാൾ അതിലേക്ക് നടന്നടുത്തു. ആ പ്രകാശഗോളം പതുക്കെ അടഞ്ഞു. ചെറിയൊരു സംഗീതത്തിന്റെ അലയൊലികൾ മാത്രം അവിടെ അവശേഷിച്ചു.

ഒരുപക്ഷെ ഇതായിരിക്കും തുടക്കം.